മാറുന്ന മുഖച്ഛായ

Bodhi Books
Pathiyoor P.O., Kayamkulam
Alappuzha - 690508, Kerala, India
E-mail: bodhibooks03@gmail.com
Tel: +91 9447304886

MARUNNA MUKHACHHAYA
by D. Harhshakumarr
Memoirs / Malayalam

First Published: January, 2024
Second Edition: May, 2026

Typesetting: Bodhi Books
Cover & Book Design:
Chembarathi Creatives

ISBN: 978-81-19770-64-9

Price Rs. 220
Production No. B-B-167-2-50-5-26

Printed and bound in India by
Leo Digital, Kottayam

മാറുന്ന മുഖച്ഛായ

ഓർമ്മക്കുറിപ്പുകൾ

ഡി. ഹർഷകുമാർ

ബോധി ബുക്സ
കായംകുളം - 690 508

പ്രസാധകക്കുറിപ്പ്

'മാറുന്ന മുഖച്ഛായ' എന്ന ഈ പുസ്തകം, ഓർമ്മക്കുറിപ്പുകളുടെ സമാഹാരമാണ്. കവിയെന്ന നിലയിലും സാമൂഹിക പ്രവർത്തകൻ എന്ന നിലയിലും ആലപ്പുഴയ്ക്ക് ഏറെ പ്രിയപ്പെട്ട ഹർഷകുമാർ ഡി-യാണ് പുസ്തകത്തിന്റെ രചയിതാവ്. ജീവിതത്തെയും ജീവിച്ചുവളർന്ന ചുറ്റുപാടുകളെയും നിർവ്യാജം വരച്ചിടുകയാണ് ഇതിലൂടെ ഗ്രന്ഥകാരൻ. അരനൂറ്റാണ്ടിനു മുമ്പുള്ള ചേർത്തലയിലെ കണിച്ചുകുളങ്ങരയുടെയും പരിസര പ്രദേശങ്ങളുടെയും നഖചിത്രങ്ങളും പുസ്തകത്തിൽ ഊടും പാവുംപോലെ ഇഴചേർന്നിരിക്കുന്നു. ആഖ്യാനത്തിന്റെ അടിപ്പടവെന്ന നിലയിൽ ജീവിതത്തിന്റെ രാഷ്ട്രീയവും രാഷ്ട്രീയ ജീവിതവും ഗ്രന്ഥകാരൻ വരച്ചുചേർത്തിട്ടുണ്ട്. കവിതതുളുമ്പുന്ന തലക്കെട്ടുകളും നാട്ടുവഴക്കങ്ങളുടെ സമൃദ്ധിയും തെളിനീരുപോലെ സുവ്യക്തമായ അനുഭവവിവരണവും പുസ്തകം വീണ്ടും വീണ്ടും വായിക്കാൻ പ്രേരിപ്പിക്കുന്നുണ്ട്. പ്രാദേശിക ചരിത്ര പഠിതാക്കൾക്കും രാഷ്ട്രീയ വിദ്യാർത്ഥികൾക്കും ഏറെപ്രയോജനകരമായ പുസ്തകം അഭിമാനത്തോടെയാണ് ബോധി ബുക്സ് കൈരളിക്കു സമർപ്പിക്കുന്നത്.

ഡി. ഹർഷകുമാർ

കണിച്ചുകുളങ്ങരയിൽ ജനനം. അച്ഛൻ കെ.കെ. ദാസൻ, അമ്മ പത്മാക്ഷി. തിരുവിഴ ഗവൺമെന്റ് എൽ.പി.എസ്, കണിച്ചുകുളങ്ങര ദേവസ്വം ഹൈസ്കൂൾ, ചേർത്തല എസ്.എൻ. കോളേജ് എന്നിവിടങ്ങളിൽ വിദ്യാഭ്യാസം.

കമ്മ്യൂണിസ്റ്റ് പാർട്ടിയുടെ ബ്രാഞ്ച് സെക്രട്ടറി, ലോക്കൽ കമ്മറ്റി സെക്രട്ടറി, ജില്ലാ കമ്മറ്റിയംഗം, മണ്ഡലം സെക്രട്ടറി, എ.ഐ.വൈ. എഫ് മണ്ഡലം സെക്രട്ടറി. താലൂക്ക് പ്രസിഡന്റ്, ജില്ലാ സെക്രട്ടറി, സംസ്ഥാന എക്സിക്യൂട്ടീവംഗം, യുവകലാസാഹിതിയുടെ ജില്ലാപ്രസിഡന്റ്, ഖജാൻജി, സംസ്ഥാനകമ്മറ്റിയംഗം, എസ്.എൽ.പുരം സർവ്വീസ് സഹകരണ ബോർഡംഗം, മാരാരിക്കുളം വടക്ക് ഗ്രാമപഞ്ചായത്ത് അംഗം, വൈസ് പ്രസിഡന്റ് എന്നിങ്ങനെ മുഴുവൻ സമയ പ്രവർത്തകനായിരുന്നു.

ഭാര്യ: വി.ആർ. ഷൈനാമോൾ

മക്കൾ: കാളിദാസൻ, കനവിയ

വിലാസം: കൊടുമ്പാട്ടുവെളി, എസ്.എൻ.പുരം പി.ഒ. - 688 582

ഫോൺ: 9747584001

രണ്ടാം പതിപ്പിനെക്കുറിച്ച്...

മാറുന്ന മുഖച്ഛായ എന്ന എന്റെ ഓർമ്മക്കുറിപ്പുകൾ പുസ്തകമായി പ്രസിദ്ധീകരിച്ചത് 2024 ജനുവരിയിലാണ്. രണ്ടാമത്തെ പുസ്തകത്തിന്റെ രണ്ടാമത്തെ പതിപ്പാണിത്. ഒട്ടും പ്രതീക്ഷിച്ചിരുന്നതല്ല. ആവശ്യക്കാരേറി വന്നപ്പോൾ ചില ചെറിയ കൂട്ടിച്ചേർക്കലുകൾ വരുത്തിയിട്ടുണ്ട്. പൂർണ്ണമാകാനിനിയുമുണ്ട്. കരപ്പുറത്തിന്റെ ഓർമ്മ കളോടൊപ്പം എന്റെയും കുറിപ്പുകൾ. ഓർമ്മത്തെറ്റുകൾ സ്വാഭാവികം.

കിളികൾ രാപ്പാർക്കാൻ കൂടൊരുക്കാറില്ല. രാക്കുയിൽ പാടുന്നത് രാവിന്റെ ശോകമാണ്. തത്വചിന്തകന്റെ മൗനം കൊണ്ട് യാഥാർത്ഥ്യങ്ങൾ അതല്ലാതാവുന്നില്ല. അന്യവൽക്കരിക്കപ്പെട്ട മുഖച്ഛായ. ഉപേക്ഷിക്കപ്പെട്ട നീതിശാസ്ത്രപ്പടവ. നിക്ഷിപ്ത താല്പര്യരാവാട. വിചാര നൗകയുടെ വിശാലതയല്ല. വീരേതിഹാസവുമല്ല. വിദ്യുച്ഛക്തിയുടെ കണ്ണഞ്ചിപ്പിക്കുന്ന വെളിച്ചത്തിലെ മിന്നാമിനുങ്ങ് ദൗത്യം.

ആദ്യപതിപ്പിന്റെ സ്വീകാര്യതയെയും വിമർശനത്തെയും നന്ദിയോടെ ഓർക്കുന്നു. നമുക്ക് പറയാനുള്ളത് കേൾക്കാൻ ആളില്ലെങ്കിൽ തനിയെ നടക്കുക. പ്രതിസന്ധികൾക്കിടയിലും കൂടെ ചേർത്തു നിർത്തിയവർക്കായി സമർപ്പിക്കുന്നു.

നന്ദിയോടെ,

എസ്. എൻ. പുരം
മെയ് 2026

ഡി. ഹർഷകുമാർ

പടിപ്പുര

വളരെ നിസ്സാരമെന്ന ചിലർക്കെങ്കിലും തോന്നാവുന്ന ഈ ഓർമ്മക്കുറിപ്പ് എന്റെ ജീവിതത്തിന്റെ മാത്രം പരിച്ഛേദമല്ല. ഗ്രാമചരിതത്തിന്റെ ഏടുകളുമാകാം. ഓർമ്മകൾക്കത്ര മാത്രം ആധികാരികതയുണ്ടാവണമെന്നില്ല. വളരെ പ്രയാസപ്പെട്ടാണീ കുറിപ്പ് തയ്യാറാക്കിയത്. മാനസിക സംഘർഷം പലവഴിക്കായിരുന്നു. നമ്മൾ ജനിക്കുമ്പോഴെ ദുഃഖവും ജനിക്കുന്നു എന്നാണല്ലോ? ശ്രീബുദ്ധൻ ബോധി മരച്ചുവട്ടിലിരുന്ന് ദുഃഖിക്കുകയായിരുന്നു. അതിനെയാണ് നമ്മൾ ധ്യാനം എന്നു വിളിച്ചത്.

വീട്ടിലിരിക്കുമ്പോൾ കുക്കറിന്റെ ശബ്ദം പോലും അലസോരമായിരുന്നു. കലാദേവതകൾ സംഗീതത്തിൽ മതിമറന്ന് ഭക്ഷണം പോലും കഴിക്കാതെ മരിച്ചു വീണതിന്റെ ജന്മാന്തരങ്ങളാണ്, ഇലകൾക്കിടയിലിരുന്ന് ആരും കാണാതെ പാടുന്ന ചീവീടുകൾ എന്ന സങ്കല്പമുണ്ട്. ശബ്ദം കൊണ്ട് ലോകം കീഴടക്കിയവനാണ് റസൂൽ പൂക്കുട്ടി. പക്ഷേ ശബ്ദം എന്നെ ഭ്രാന്ത് പിടിപ്പിച്ചു. എന്തെങ്കിലും എഴുതാൻ പറ്റിയ ശാന്തമായ അന്തരീക്ഷത്തിലായിരുന്നല്ല, ഈ കുറിമാനം. വീട്ടുമുറ്റത്ത് വെളുക്കെച്ചിരിക്കുന്ന കാശിത്തുമ്പ. കുശലമന്വേഷിച്ചെത്തുന്ന അണ്ണാനും, മൈനയും, സൂചിമുഖിയും, പച്ചതത്തയും, ഓലഞ്ഞാലിയും, ഉപ്പനും, കാവതിക്കാക്കയും അവരെ പോലെയായിരുന്നില്ല കരിയിലക്കിളികൾ. പോകുന്നതുവരെ കലപില തന്നെ. വാഴക്കുമ്പിലെ തേൻ നുകരാനെത്തുന്ന വൗവ്വാലുകളുടെ ചിറകടിയൊച്ചയ്ക്ക് ഇത്തിരിപ്പോന്ന ഭയമുണ്ട്.

ജീവിതത്തിന്റെ എല്ലാമായിരുന്ന രാഷ്ട്രീയ പ്രവർത്തനം അവസാനിപ്പിക്കുവാൻ വേണ്ടി, കൈപിടിച്ചു നടത്തേണ്ടവർ ഞാനറിയാതെ, തയ്യാറാക്കിയ ഗൂഢാലോചന മറനീക്കി പുറത്തു വന്നപ്പോഴാണ് നാൽക്കവലയിലാണെന്നതു ബോധ്യമായത്. നീണ്ട 41 വർഷക്കാലത്തെ മുഴുവൻ സമയ രാഷ്ട്രീയ ചിന്തയിൽ നിന്നും വിടുതൽ ചെയ്യപ്പെട്ടു. കൂട്ടിരിപ്പിനുപോലും ആളില്ലാത്ത ആ പതർച്ചയിൽ ജീവിതം മുഴുവൻ വായിച്ചാലും തീരാത്ത പുസ്തകശേഖരം ആശ്വാസമാക്കിയെടുത്തു. കുറ്റ

വും വിചാരണയും കൂടപ്പിറപ്പായിരുന്നു. നിസ്വന്റെ നീതിബോധം കൂട്ടി ച്ചേർത്തു.

വ്യക്തിജീവിതത്തിൽ വിനയം ആവശ്യമാണ്. സാഹിത്യത്തിലും രാഷ്ട്രീയത്തിലും ഒത്തുതീർപ്പ് അരാജകത്വമുണ്ടാക്കും. ആശയമല്ല അതിന്റെ അഭിനവ ആശാന്മാരാണ് അപകടകാരികൾ. ദോഷൈ കദൃക്ക് എന്ന വട്ടപ്പേരിനെ പോരാട്ടത്തിന്റെ മേലങ്കിയണിയിച്ചു. തനിയെ വാരിച്ചുറ്റിയ കുപ്പായം പിഞ്ചുപോയതറിഞ്ഞില്ല. ഉടലുമാത്ര മാണെന്നു തിരിച്ചറിഞ്ഞപ്പോൾ ചേക്കേറാനുള്ള ശിഖിരങ്ങളിൽ ഇരു ട്ടു വീണിരുന്നു.

പെട്ടെന്ന് നിലാവസ്തമിച്ചു.

ഒരടിപോലും മുന്നോട്ടു നീങ്ങാൻ കഴിയാത്ത ഞണ്ടുകളുടെ ജാഥ. ആശാരിക്കു മുഴക്കോലുണ്ടെങ്കിൽ തീണ്ടലില്ലെന്നയഹങ്കാരം, എല്ലാ കോട്ടകൊത്തളങ്ങളും പുരാവസ്തുവാകുമെന്ന ഓർമ്മനാശം. ഈ ഒത്തു ചേരലിന്റെ, സ്നേഹാദരവിന്റെ ഭാവപ്പകർച്ച കോറിയിടാനുള്ള മഷിക്കു ട്ടുകൾ യാതൊരു ഭാവഭേദവുമില്ലാതെ തട്ടിത്തെറിപ്പിക്കുന്നതിനെ രാ ഷ്ട്രീയ പ്രവർത്തനം എന്ന് ഒച്ച കുറച്ചുപോലും ഒരിക്കലും വിളിക്കരുത്. കൊടുക്കുന്നതൊന്നും നഷ്ടമാവില്ല. വാങ്ങിയവനല്ലെങ്കിൽ വേറൊരാ ൾ തിരിച്ചു തരാനുണ്ടാവും

സഖാവിങ്ങനെ മാർക്സിസവും ലെനിനിസവും പറഞ്ഞു നടന്നോ. സത്യംപറഞ്ഞാൽ ഇതെന്താണെന്ന് കൃത്യമായി എനിക്കറിയില്ല. ഞാനെന്തോ കൊള്ളരുതാത്തതു ചെയ്തപോലെയാണ് വർത്തമാനം. കയ്യിലിരുപ്പ് - അനുഭവിച്ചോ... സ്വാന്തനവാക്കുകൾ. രാഷ്ട്രീയ ഭിക്ഷാം ദേഹികളെയാണ് മാതൃകാപരമായി പരിചയപ്പെടുത്തുന്നത്. ഒന്നിനും കൊള്ളരുതാത്തവൻ അതെനിക്കുള്ളതാണ്.

ചരിത്രം നമ്മുടേതല്ല. നാം ചരിത്രത്തിന്റേതാണ്. അന്നത്തെ ശരി ക്കു കൊടുക്കേണ്ടി വന്ന വില ഇത്തിരികൂടിപ്പോയില്ലേ? നന്ദികേടിന്റെ ഘോഷയാത്രയിൽ ഇനി ആത്മാർത്ഥമായി മുദ്രാവാക്യം വിളിക്കാൻ കഴിയില്ല. ഏതു പ്രസ്ഥാനമാണെങ്കിലും നയിക്കുന്നവരെ വെട്ടത്തു കാ ണിക്കാൻ കഴിയില്ലെങ്കിൽ താജ്മഹലാണ് എന്ന് വ്യ്യ്യ്യാനിപ്പിട്ട് വല്ല കാര്യവുമുണ്ടോ? കമ്മ്യൂണിസ്റ്റ് പാർട്ടികളിൽ ഇപ്പോൾ രണ്ട് ഗ്രൂപ്പുണ്ട്. ഒന്ന് ഗുണഭോക്താക്കളുടേത് മറ്റൊന്ന് യഥാർത്ഥ കമ്മ്യൂണിസ്റ്റ് പാ ർട്ടിയായി പോകണമെന്ന് ആഗ്രഹിക്കുന്നവരുടേത്. സംഘടന ഗു ണഭോക്താക്കളുടെ കൈകളിലാണ്. അഴുക്കുകൾ അടിഞ്ഞു കൂടുക യും മൂല്യങ്ങൾ വിട്ടുപോവുകയും ചെയ്യുന്നു. ഞങ്ങൾ മാത്രമാണ് ശരി എന്നത് കുറഞ്ഞ വാക്കിൽ ഫാസിസമാണ്. ഒന്നുകിൽ ചേർന്നു നി

ൽക്കുക അല്ലെങ്കിൽ വിട്ടുപോവുക. അല്ലാതെ വിമർശിച്ച് നന്നാക്കമെന്ന പഴയ കാല പാർട്ടി ശൈലിക്ക് ഇടമില്ല. വള്ളം കരയ്ക്ക് അടുത്തു കഴിഞ്ഞാൽ കച്ചവടകണ്ണുമായി പറന്ന് എത്തുന്ന തരകനാണ് കാര്യക്കാരൻ.

ഏറ്റവും ആയുസ്സ് കൂടിയ ജന്തുവായ ആമയ്ക്കു മാത്രമേ സച്ഛന്ദം തല പുറത്തേയ്ക്കിടാനും പിൻവലിക്കാനും കഴിയൂ. സിദ്ധിയുടെ ആ കൂർമ്മ മാർഗ്ഗം പോലും അറിയാതെ പോയി ഞാനറിയാതെ പലരുടെയും മുഖച്ഛായ മാറുകയായിരുന്നു.

കാലത്രയം

കുടുംബത്തെക്കുറിച്ചുള്ള ഓർമ്മകൾ രണ്ടപ്പൂപ്പന്മാരിൽ നിന്നുമാണാരംഭിക്കുന്നത്. അച്ഛന്റെയച്ഛനെക്കുറിച്ചുള്ള ഓർമ്മ അദ്ദേഹം വയ്യാതെ വാർദ്ധക്യസഹജമായ അസുഖത്തെ തുടർന്ന് കിടപ്പിലായ അവസ്ഥയാണ്. കണ്ടവാപ്പൻ എന്നാണ് വിളിച്ചിരുന്നത്. അമ്മൂമ്മ കല്ല്യാണി ഞങ്ങൾക്കു സൂക്ഷിച്ചു വച്ചു പകർന്നു തന്ന ചോറും കഞ്ഞിയും നക്ഷത്ര ഭക്ഷണമായിരുന്നു. അന്നത്തെക്കാലത്തും ഇപ്പോഴും.

അത്യാവശ്യം കുറച്ച് സ്ഥലവും പലചരക്ക് കച്ചവടവും കുറച്ചു കയർത്തറികളുമുള്ള ചാപ്രയുമൊക്കെ ഉണ്ടായിരുന്നു. അപ്പൂപ്പൻ വയ്യാതെ കിടക്കുമ്പോൾ തലയിണയ്ക്ക് കീഴെയും കയർക്കട്ടിലിന്റെ വശങ്ങളിലുള്ള മൊടലയോടു ചേർന്ന് ചിതറിക്കിടക്കുന്ന നൂറുരൂപാ നോട്ടുകൾ ഒരോർമ്മയാണ്.

അപ്പൂപ്പന് പത്തോ പതിനഞ്ചോ കയർത്തറിയും തൊഴിലാളികളുമുണ്ടായിരുന്നു. വീട്ടിലുള്ളവരെല്ലാം അനുബന്ധതൊഴിൽ രാത്രിയും പകലും വിശ്രമമില്ലാതെ ചെയ്തുപോന്നു. കാര്യങ്ങളെല്ലാം നല്ല നിലയിൽ നടക്കുമ്പോഴാണ് യൂണിയൻകാർ പ്രശ്നമുണ്ടാക്കുന്നത്. ഓരോ തറിയും തൊഴിലാളികൾക്കു കൊടുത്താണ് വയ്യാവേലി അവസാനിപ്പിച്ചത്. അങ്ങനെ വലിയ ചാപ്രയും വരുമാനവും നിലച്ചുവെങ്കിലും മറ്റു കാര്യങ്ങൾക്കൊന്നും പ്രശ്നമുണ്ടായിരുന്നില്ല.

വളരെ ചെറുപ്പത്തിലെ അമ്മയുടെ അമ്മ മരിച്ചിരുന്നു. ഞങ്ങൾക്കൊന്നും കാണാൻ കഴിഞ്ഞിട്ടില്ല. അമ്മയുൾപ്പെടെ നാലു പെൺമക്കളും ഒരാണും. അച്ഛനായിരുന്നു അവർക്കെല്ലാം. എല്ലാവരെയും വളർത്തിയത് മൂത്തമകളായ ഞങ്ങളുടെ അമ്മയായിരുന്നു. മായിത്തറ കടിലുങ്കൽ വീട്ടിൽ നിന്നും കണിച്ചുകുളങ്ങരയിലേക്ക് അമ്മയുടെ അച്ഛൻ നീലൻ ഒരു കാലൻകുടയും കൈയ്യിൽ തൂക്കി മിക്കവാറും ദിവസങ്ങളിൽ നടന്നാണു വരാറുള്ളത്. ജീവിതപ്രയാസങ്ങൾ വിളിച്ചറിയിക്കുന്ന മുഖമായിരുന്നു. എങ്കിലും പ്രസന്നമായിരുന്നു.

സ്കൂളടച്ചു കഴിഞ്ഞാൽ എല്ലാവരെയും പോലെ ഞാനും അമ്മ വീട്ടി

ലായിരുന്ന അവധിക്കാലം. ഓലമേഞ്ഞ വീടും അതിനെക്കാൾ വലിയ ചാപ്രയും. കിലോമീറ്റർ നീളമുള്ള വെളിപ്രദേശം. അവിടെ അപ്പുറം കാണാൻ കഴിയാത്ത പഞ്ചസാര മണൽകുന്നുകളും കപ്പിലുമാവും പുന്നമരങ്ങളും. കടിലുങ്കൽ എന്ന കുടുംബക്ഷേത്രവും ഘണ്ടാകർണ്ണൻ തുള്ളൽ ഉൾപ്പെടെ പരമ്പരാഗത ആചാരങ്ങളും. അവിടെ പായസം വേകുന്നതിന്റെ മണം ഇപ്പോഴും ആസ്വദിക്കുന്നുണ്ട്.

അമ്മവീടിന് കിഴക്കുഭാഗത്തുള്ള പാടവും അതിനക്കരെ കാവും കാവിനു മേലെ സന്ധ്യയ്ക്ക് പതുങ്ങി പൊന്തുന്ന നിലാവും. ആസ്ട്രേലിയയിലെ ന്യൂസൗത്ത് വെയിൽസിന്റെ കിഴക്കേ അറ്റത്താണ് ഇന്ത്യയിലെ ഏറ്റവും മനോഹരമായ ചന്ദ്രോദയം ദൃശ്യമാകുന്നത്. പക്ഷേ എന്റെ ചന്ദ്രോദയം ഇതാണ്. പ്രകൃതി വരച്ച ചായക്കൂട്ട് കഴുകിക്കളയാൻ പറ്റാത്തവിധം മനസ്സിൽ ലയിച്ച് ചേർന്നിരുന്നു. ഞാനറിയാതെ അവിടുത്തെ ഗ്രാമവാസിയാവുകയായിരുന്നു.

ഒരു ദിവസം അന്നത്തെ ദേശീയപാത - 47 മുറിച്ചു കടന്നു വരവെ പുതിയതായിറങ്ങിയ മാരുതിക്കാറിന്റെ വേഗത നിർണ്ണയിക്കാനാവാതെ വാഹനാപകടത്തിൽ അമ്മയുടെ അച്ഛൻ മരിക്കുകയായിരുന്നു.

അമ്മയുടെ ചിറ്റമ്മയുടെ വീട് കട്ടച്ചിറ ഭാഗത്തുണ്ടായിരുന്നു. ഗൗരിയും ഭർത്താവ് മാധവനും. പ്രായം ചെന്നത് കാരണം കട്ടിലിൽ ഇരുന്നാണ് സംസാരം. ആദരവോടെ നമ്മളങ്ങോട്ടു ചെല്ലും. താഴെ കാൽചവിട്ടാൻ കയറിന്റെ തടുക്കും. കാലിലൂടെ തണുപ്പ് അരിച്ചിറങ്ങുന്നത് ഒഴിവാക്കാനാണിത്. ചെറുപ്പക്കാലത്ത് രണ്ടോ മൂന്നോ ദിവസം അവിടെ പോയി താമസിക്കുമായിരുന്നു. നിറം മങ്ങാത്ത ഒരോർമ്മയാണിത്. അവരുടെ വീട്ടിലേയ്ക്ക് വള്ളത്തിൽ തുഴഞ്ഞു വന്നു കയറുന്നത് ഓലമേഞ്ഞ അടുക്കള ഭാഗത്തേയ്ക്കാണ്. വള്ളത്തിൽ ചകിരി നിറച്ച് മകൻ പ്രകാശൻ തുഴഞ്ഞെത്തുമ്പോൾ ഇറക്കാൻ ഞാനും കൂടി നിന്ന് സഹായിക്കുമായിരുന്നു. റാട്ടിൽ സ്ത്രീകൾ കയർ പിരിക്കുകയും പിന്നെ കയർകെട്ട് തിര്യെ വള്ളത്തിൽ കയറ്റിക്കൊണ്ടു പോകുകയും അതവരുടെ ജീവിതതാളമായിരുന്നു. ഈ ഗ്രാമക്കാഴ്ച്ച എത്രയോ ആനന്ദദായകമായിരുന്നു. ഇപ്പോൾ ഈ പ്രദേശം തിരിച്ചറിയാൻ പറ്റാത്തവിധം രൂപമാറ്റം സംഭവിച്ചു. കോൺക്രീറ്റ് വീടുകളും ടാറിട്ട റോഡുകളും പുതിയ തലമുറയും പ്രദേശവും പരസ്പരം അപരിചിതമായി. ഗ്രാമഭംഗി ഒന്നും അവശേഷിക്കുന്നില്ല.

ആഖ്യായിക

അന്ന് എല്ലാം തെങ്ങോല കൊണ്ട് മേഞ്ഞ വീടുകൾ അത്യവശ്യം കുറച്ച് മെച്ചപ്പെട്ട വരുമാനമുള്ളവർക്ക് ഓല കൊണ്ടുള്ള വേലിയും ഉണ്ടായിരുന്നു. തെങ്ങിന്റെയെല്ലാം വരുമാനമാർഗ്ഗമായിരുന്നു. കാർഷിക കലണ്ടർ കൃത്യമായി പാലിച്ച തലമുറയായിരുന്നു. ആ കാലയളവില്ലുണ്ടായിരുന്നത്. ഞാറ്റുവേലയും മറ്റും നോക്കി പരമ്പരാഗതമായി നാട്ടുരീതിയിലാണ് കൃഷിയിറക്കിയിരുന്നത്

പാകമായി കഴിഞ്ഞ തേങ്ങകൾ തെങ്ങുകയറ്റത്തൊഴിലാളികൾ കേടുപറ്റാതെ കയറിൽ കെട്ടിയിറക്കിയാണ് വിത്ത് പാകപ്പെടുത്തുന്നത്. പകുതി പ്രായം ചെന്ന തെങ്ങുകളിൽ നിന്നും മൂത്ത തേങ്ങകളാണ് വിത്തിനെടുക്കുന്നത്. അത് വെയിലിൽ നല്ലവണ്ണം ഉണക്കും. തേങ്ങാവെള്ളം വറ്റിക്കഴിയുമ്പോൾ കുറച്ചു ദിവസം വെള്ളത്തിലിടും. പിന്നീട് നടേണ്ട സ്ഥലത്ത് കുഴിയെടുത്ത് തേങ്ങയുടെ തൊണ്ട് കുഴിയിൽ വൃത്താകൃതിയിൽ അടുക്കി വച്ച് അതിനുള്ളിൽ വിത്തുതേങ്ങ ഒരുപാട് ഘനമില്ലാതെ മണ്ണിട്ടു മൂടുന്നു. എല്ലാ ദിവസവും വെള്ളം ഒഴിക്കും മൂന്നു മാസമാകുമ്പോൾ മുളവരും. നാട്ടിലേയ്ക്കാവശ്യമായ തെങ്ങിൻതൈകൾ ഉൾപ്പെടെ ഒന്നും പുറമേ നിന്ന് വാങ്ങാറില്ലായിരുന്നു. നാട്ടറിവിന് ശാസ്ത്രീയഫലമുണ്ടായിരുന്നു. ഒരു തെങ്ങിൽ കയറിയാൽ കൊതുമ്പും ചൂട്ടുമെല്ലാം അടർത്തിമാറ്റി തെങ്ങിന്റെ അണ്ടം നല്ലവണ്ണം വൃത്തിയാക്കുന്ന ജോലിയും ആക്കുട്ടത്തിൽ തേങ്ങയിടുകയുമായിരുന്നു. വെട്ടിയിടുന്ന തെങ്ങോലകൾ അവരുതന്നെ രണ്ടായി പിളർത്തി ചുന്തും ഓലയും വേർപെടുത്തും. ഓല ഉണക്കി വെള്ളത്തിലിട്ട് രണ്ട് ദിവസം കഴിഞ്ഞ് വെള്ളം തുകർന്ന് കഴിയുമ്പോൾ ഓലമെടയുന്നതു തന്നെ സ്ത്രീകൾക്ക് പ്രത്യേകം തൊഴിലായിരുന്നു.

പുരയുടെയും വേലിയുടെയും കെട്ടുമേച്ചിലിനു ശേഷം മിച്ചം വരുന്ന ഓലകൾ വിലയ്ക്കുവാങ്ങി ശേഖരിച്ച് വലിച്ചു കൊണ്ടുപോകുന്ന കൈവണ്ടിയിൽ നിറയെകെട്ടി വണ്ടിയുടെ അടിയിൽ റാന്തൽ എന്ന മണ്ണെണ്ണ വിളക്ക് തെളിയിച്ച് രാത്രിയിൽ ആലപ്പുഴയിലെത്തിച്ച് കച്ചവടം

ചെയ്യുന്നത് പതിവായിരുന്നു. ഏതാണ്ട് പതിനഞ്ച് കിലോമീറ്ററോളം കണിച്ചുകുളങ്ങരയിൽ നിന്നും ദൂരമുണ്ട്. അങ്ങനെ ഞാനും ഉറക്കമിളച്ച് ഈ ജോലി ചെയ്യുമായിരുന്നു. ചരക്ക് കയറ്റിയിറക്കാൻ സാധാരണക്കാർ ഉപയോഗിച്ചിരുന്ന ഈ കൈവണ്ടി വാടകയ്ക്കാണ് ലഭിച്ചിരുന്നത്. ഇപ്പോൾ അത് പുരാവസ്തുവായി. ഓലക്കച്ചവടം ചെയ്തയാളെ ഓലഭാസ്കരനെന്നും ചിരട്ടക്കച്ചവടം ചെയ്തയാളെ ചിരട്ട കരുണാകരൻ എന്നുമാണ് അറിയപ്പെട്ടിരുന്നത്. ഈ വട്ടപ്പേര് പാരമ്പര്യമായി. ഇതെല്ലാം നല്ല വരുമാനമുള്ള ജോലിയായിരുന്നു. വേലികെട്ടുന്നത് സാധാരണ തെങ്ങുകയറ്റ തൊഴിലാളികളാണ് ചെയ്തിരുന്നത്. എന്നാൽ ചെറുപ്പക്കാരായ ഞങ്ങളും പ്രദേശത്ത് ഈ ജോലിയും കൂടാതെ കെട്ടുമേച്ചിലും നടത്തുമായിരുന്നു.

തെങ്ങുകയറ്റം കഴിഞ്ഞാൽ പിന്നെ ഒന്നു രണ്ടു ദിവസം പണിയാണ്. തേങ്ങയെല്ലാം വാരിക്കൂട്ടും തീകത്തിക്കാനുള്ള കൊതുമ്പും ചൂട്ടും മടലും ശേഖരിച്ച് സൂക്ഷിച്ച് വച്ച് മഴക്കാലത്ത് അടുപ്പിൽ തീപൂട്ടാനെടുക്കും. കൊതുമ്പിന്റെ തീയിൽ വേകുന്ന ഭക്ഷണത്തിന് പ്രത്യേക രുചിയാണ്. ആയുർവ്വേദ മരുന്നുകൾ കഷായം ഉൾപ്പെടെ തിളപ്പിക്കുന്നതിനും കൊതുമ്പാണ് ഉപയോഗിക്കുന്നത്.

തേങ്ങയിൽ നിന്നും പാരയുപയോഗിച്ച് തൊണ്ട് വിടർത്തി മാറ്റുന്നതും ഒരു തൊഴിലായിരുന്നു. വിടർത്തിയ തൊണ്ടുകൾ എണ്ണിതിട്ടപ്പെടുത്തി തോട്ടിലോ കുളത്തിലോ കയറുകൊണ്ട് പ്രത്യേക രീതിയിൽ ചിതറിപ്പോകാതെ വട്ടത്തിൽ കെട്ടിയൊരുക്കി അതിനുള്ളിൽ ബാക്കിയുള്ള തൊണ്ടുകൾ അടുക്കി വച്ച് ഉണ്ടാക്കുന്ന തൊണ്ടുംവല്ലത്തിന് മീതെ പച്ചതെങ്ങോലകളും മറ്റും പുതയിട്ട് ഭാരവും കയറ്റി വയ്ക്കും. കുറച്ചു നാൾ കഴിയുമ്പോൾ അത് ചീഞ്ഞ് ചകിരി വേർപെടുത്താവുന്ന തരത്തിലാകും. വേഗത്തിൽ ചീയാൻ വേണ്ടി ചിലപ്പോൾ കുമ്മായപ്പൊടി തൊണ്ടുകൾക്ക് മീതെ തൂവാറുണ്ട്.

അന്ന് കുളങ്ങൾക്കും ചെറിയ തോടുകൾക്കും ക്ഷാമമുണ്ടായിരുന്നില്ല. കുടിക്കൊളം, കുളിക്കൊളം, ചകിരിക്കുളം മറ്റാവശ്യങ്ങൾക്കുള്ള കുളം എന്നിങ്ങനെ കുളങ്ങളെ വേർതിരിച്ചിരുന്നു. കുടിക്കൊളവും കുളിക്കൊളവും കാലാകാലങ്ങളിൽ വെട്ടി വൃത്തിയാക്കുമായിരുന്നു. അതായിരുന്നു ശരിക്കുള്ള നീർത്തടസംരക്ഷണം.

കുളംവെട്ട് മൂന്നോ നാലോ ദിവസത്തെ ആഘോഷമായിരുന്നു. തൊഴിൽ ചെയ്യുന്ന ദിവസം മുൻകൂട്ടി ഉടമസ്ഥനെ അറിയിക്കും. ആവശ്യമായ ഒരുക്കങ്ങൾക്കു വേണ്ടിയാണ്. മണ്ണുവെട്ടികരയ്ക്കുകയറ്റുകയും തേവുപാട്ടു കൊണ്ട് വെള്ളം തേവി തടികൊണ്ടുണ്ടാക്കിയ വല്ലത്തി

ലൊഴിച്ച് കൈവഴികളായി തെങ്ങിൻചുവട്ടിലേയ്ക്ക് ചെളിവെള്ളം ഒഴുക്കിവിടും. കുളംവെട്ടാൻ അഞ്ചും പത്തും ആളുകളുണ്ടാവും. അതുകാണാനും ആൾക്കാർ കൂടും. കുളത്തിൽ നിറയെ മീനുകളുണ്ടാവും. മീനുകൾ അപ്പോൾ തന്നെ കറിയാക്കി കപ്പയും തെങ്ങിൻകള്ളും ചേർത്ത് കഴിക്കുന്നതും വലിയ ആഘോഷമാക്കും. തെങ്ങിൻചുവട്ടിലെ ചെളിമൂടി തടം വയ്ക്കുക. തെങ്ങിൻ കുഷ്ണം കൊണ്ട് കുളപ്പടിയുണ്ടാക്കുക എന്നിങ്ങനെ വിവിധതരം ജോലികളുമുണ്ടായിരുന്നു. വള്ളങ്ങളും തേവു പാട്ടകളും വാടകയ്ക്ക് കിട്ടും. തൊഴിലാളികൾക്ക് സ്വന്തമായി ഉമ്പയുണ്ടാകും. ടീം വർക്കാണ്. ഇവരെ കിട്ടാൻ വലിയ പ്രയാസമായിരുന്നു. കാത്തിരിക്കണം.

തൊണ്ടുകൾ കുതിർന്നു കഴിയുമ്പോൾ സ്ത്രീകൾ ഒറ്റയ്ക്കും കൂട്ടമായും കരിങ്കലിന്റെ വലിയ കഷണത്തിനുമേൽ ചീഞ്ഞതൊണ്ട് കയ്യിൽ പിടിക്കാവുന്ന ഇരുമ്പു വടി കൊണ്ട് തല്ലിയുതിർത്ത് ചകിരിയും ചകിരിച്ചോറും പോളയും വേർപെടുത്തും. ചകിരിച്ചോറും ചാരവും കുഴച്ചെടുക്കുന്ന ജൈവവളം പച്ചക്കറികൾ തഴച്ചു വളരാൻ പ്രയോജനമാണ്. വീട്ടുജോലികൾക്കു ശേഷം ഉച്ചഊണും കഴിഞ്ഞ് ഏതെങ്കിലും മരച്ചുവട്ടിൽ കൂട്ടം കൂടിയിരുന്ന് കൈകൊണ്ടു കയറുപിരിക്കുന്നതു തൊഴിലും നല്ല കാഴ്ച്ചയുമാണ്. നാട്ടിലെ ഏറ്റവും പുതിയ വാർത്താപ്രചരണം നടക്കുന്ന മീഡിയാ സെന്ററും അവിടെയാണ്.

ചില കയർ സഹകരണ സംഘങ്ങളും നാട്ടിൽ പ്രവർത്തിച്ചിരുന്നു. തൊണ്ട് സംഭരിക്കുന്നതും സംസ്കരിക്കുന്നതും ഉല്പന്നമാക്കുന്നതും അവരുടെ വ്യവസായമായിരുന്നു. ആദ്യകാലങ്ങളിൽ ചകിരി വീടുകളിൽ കൊടുത്ത് കയറായി തിരിച്ചു വാങ്ങും. അതോടൊപ്പം കയർസംഘങ്ങളും കൈകൊണ്ട് തിരിക്കുന്ന റാട്ടുകൾ ഒന്നിലധികം വലിയ ഷെഡിനകത്തുവച്ച് ഒന്നിച്ചു കയറാക്കുന്നതും ജോലിയായിരുന്നു. ശനിയാഴ്ച്ച കൂലി ഒന്നിച്ച് നൽകും. പിന്നെ വൈകുന്നേരങ്ങളിൽ റേഷൻ കടകളിൽ നല്ല തിരക്കാവും.

തേങ്ങാക്കച്ചവടം തകൃതിയായി നടന്നിരുന്നു. തേങ്ങാ പലയിടങ്ങളിൽ നിന്നും വിലപറഞ്ഞ് വാങ്ങിക്കൂട്ടും. രണ്ടായി ഉടച്ച് വെയിലത്തുവച്ച് ഉണക്കിയെടുക്കും. കണ്ടമാനം തേങ്ങയുണ്ടാവും. ഉണക്കിക്കഴിഞ്ഞാൽ തേങ്ങ ചിരട്ടയിൽ നിന്ന് കഴത്തിയെടുത്ത് കൊപ്രയാക്കും. അതും കുറേപ്പേർക്ക് ഒന്നിച്ചു ജോലി ചെയ്യാൻ പറ്റുന്ന അവസരമാണ്.

ഓലമേഞ്ഞ തേങ്ങാപ്പുരകൾക്കുള്ളിൽ അടയ്ക്കാമരത്തിന്റെ തടി ചീകി മിനുസപ്പെടുത്തിയെടുക്കുന്ന അലക് കൃത്യമായ അകലത്തിൽ പാകി കയറുകൊണ്ട് വിദഗ്ധമായി വലിഞ്ഞ് ബലമുള്ള തട്ടുകളാ

ക്കും. ഇതിനുമുകളിൽ നന്നായടുക്കി കൊപ്രകമഴ്ത്തി വച്ചതിനു ശേഷം താഴെ മണ്ണിൽ ഗന്ധകം പുകച്ച് പുക കൊള്ളിക്കും. രാത്രിയിൽ ഇതിന് കാവൽ കിടക്കുന്നവരുടെ കൂടെ കിടക്കാനും ആളുകളുണ്ടാവും. കൊപ്ര വ്യാപാരം നടത്തുന്ന ചേർത്തലയിലെ കന്നിട്ടയിൽ കൊണ്ടുപോയി വിൽക്കും. ചിലർ വെളിച്ചെണ്ണയാക്കും. ഇതെല്ലാം സ്വന്തമായി ചെയ്യുന്നവരും ഉണ്ടായിരുന്നു. കൂടാതെ അനുബന്ധ തൊഴിലുകളും ഉണ്ടാകും.

ഈ തൊഴിലുകളിലെല്ലാം ഞാനും പങ്കാളിയായിരുന്നു.

കേരളത്തിൽ നിന്നും കയറ്റി അയക്കുന്ന കയറിനും കയർ ഉത്പന്നങ്ങൾക്കും വിദേശത്ത് വൻ ഡിമാന്റായിരുന്നു. കയറ്റിയയക്കുന്ന കയറിന് നല്ല ബലം കിട്ടാൻ വേണ്ടി നനച്ചിട്ട് മണ്ണിൽ മുക്കി കടഞ്ഞെടുക്കും. കടൽതീരപ്രദേശത്തെ മണ്ണ് കയറിൽ പറ്റി പിടിക്കുമ്പോൾ കയറിന് നല്ല ബലം കിട്ടും. കൂടുതൽ തൂക്കം കിട്ടാൻ വേണ്ടി ചെയ്യുന്നതാണ്. തൂക്കത്തിനനുസരിച്ചാണ് വില.

ആലപ്പുഴ നിന്ന് കയറ്റി അയച്ച കയർ ജർമ്മനിയിലുള്ള ശാസ്ത്രജ്ഞനായ ഹെർഷോംബർഗ് വാങ്ങി വീട്ടിൽ കൊണ്ടു ചെന്ന് നോക്കിയപ്പോൾ അതിൽ നിന്നും തിളക്കമുള്ള മണൽതരികൾ പുറത്തേയ്ക്ക് വീഴുന്നു. അദ്ദേഹം ആകാംഷയോടെ സൂക്ഷിച്ചു നോക്കി. സാധാരണ മണലായിരുന്നില്ല. മോണൊസൈറ്റ് എന്ന അമൂല്യധാതുവാണെന്ന് മനസ്സിലായി. മണൽതരികൾ ശേഖരിച്ച് പഠനം തുടങ്ങി. അൾട്രാവയലറ്റ് രശ്മികൾ ഏറ്റപ്പോൾ മോണോസൈറ്റ് തരികളിൽ പ്രത്യേക തിളക്കം കണ്ടു, തോറിയം ഓക്സൈഡാണ് തിളക്കത്തിന് കാരണമെന്ന് കണ്ടുപിടിച്ചു. പെട്രോമാക്സിൽ നിന്ന് വെളിച്ചം വരുന്ന തോറിയം ഓക്സൈഡ് എങ്ങനെ നിർമ്മിക്കാമെന്ന് കണ്ടെത്തി. ശാസ്ത്ര സാങ്കേതിക രംഗത്ത് വൻസാധ്യതയുള്ളതാണ് ഈ മണൽതരികൾ. ഹെർഷോംബർഗ് ഉടൻ തന്നെ ഇന്ത്യയിലേക്ക് കപ്പൽ കയറി. തിരുവിതാംകൂറിന്റെ ഭാഗവും ഇന്ന് തമിഴ്നാട്ടിലുള്ളതുമായ മണവാളക്കുറിച്ചിയിലാണ് വന്നിറങ്ങിയത്. അവിടെ നിന്നും കയർ കയറ്റി അയക്കുന്നുണ്ടായിരുന്നു അവിടെയും ആലപ്പുഴയിലേതു പോലെ മണൽ കണ്ടെത്തി 1910 ൽ അവിടെ ഒരു പ്ലാന്റ് തുടങ്ങി. പിന്നീട് കൊല്ലം ചവറയിലും പ്ലാന്റ് ആരംഭിച്ചു.

അങ്ങനെ തെങ്ങുമായി ബന്ധപ്പെട്ട് നല്ല വരുമാനവും ഒട്ടേറെ തൊഴിലവസരങ്ങളും ഒരു തലമുറ നന്നായി അനുഭവിച്ച് സന്തോഷകരമായ ജീവിതം നയിച്ചിരുന്നു. ഇന്നത്തെക്കാൾ വളരെ ശക്തമായ തൊഴിലുറപ്പ്. നാട്ടിൽ തന്നെ കഴിയാം എന്നതും പ്രത്യേകതയായിരുന്നു. ഇതെല്ലാം സങ്കടത്തോടു മാത്രമേ ഓർക്കാൻ കഴിയൂ.

ആശാനും എഴുത്തുപള്ളിയും

ആശാൻ കളരിയായിരുന്ന അക്ഷരം പഠിച്ച ആദ്യ പള്ളിക്കൂടം. കരിമ്പനയോലയിൽ എഴുത്താണി കൊണ്ട് ഹരി ശ്രീയെഴുതി കരിക്കട്ട കൊണ്ട് ഉരക്കുമ്പോൾ അക്ഷരം തെളിഞ്ഞു വരും. എഴുത്താണിയെന്നാൽ ആറ് ആറര ഇഞ്ച് നീളമുള്ള ഇരുമ്പ്ദണ്ഡ് നാരായം. നാരായം കൊണ്ടെഴുതാൻ പ്രത്യേക പരിശീലനം വേണം. പഴയ കാലത്ത് എഴുത്ത് വേലക്കാരുടെ ജോലിയായിരുന്നു. താഴെ ഒപ്പിടുകയെന്നതാണ് ഒരു തമ്പ്രാൻ ഗമ. എഴുത്ത് പഠിപ്പിക്കാൻ മാത്രമായി ആശാനുണ്ടായിരുന്നു. അതിന്റെ പരിഷ്കൃത രൂപമായിരുന്നു ആശാൻപള്ളിക്കൂടം. പഴയ ആ യജമാന മനോഭാവമാണ് ഇപ്പോഴത്തെ സ്റ്റെനോ ടൈപ്പിസ്റ്റ്.

പുസ്തകത്തിനു പകരം എഴുത്തോലയുമായിട്ടാണ് ആശാൻ കളരിയിൽ പോയിരുന്നത്. എഴുത്തോല അതൊരു വലിയ ബോധ്യപ്പെടുത്തലാണ്. പുസ്തകമൊക്കെ വലിയ ക്ലാസ്സിലെ കാര്യമായിരുന്നു. ആശാനെ കൂടാതെ കൊച്ചാശാനുമുണ്ടായിരുന്നു. ആശാന്റെ വീടിനോടു ചേർന്നുള്ള ഓലമേഞ്ഞ കൂര അവിടെ ഓരോരുത്തർക്കും പ്രത്യേകമായ ഇരിപ്പിടവും അതിനുമുന്നിലുള്ള മണ്ണിൽ ചൂണ്ടുവിരൽ കൊണ്ടെഴുതിയും കൈകൊണ്ട് തുത്തുമാണ് അക്ഷരം അറിഞ്ഞത്. ഞങ്ങളെല്ലാം നിലത്ത് മണ്ണിൽ ചമ്രം പടിഞ്ഞിരുന്ന് അക്ഷരമെഴുതി പഠിച്ചപ്പോൾ നാട്ടിലെ മുതലാളിയുടെ മകൾ കസേരയിലിരുന്നായിരുന്നു പഠനം. അന്ന് കല്യാണ സദ്യ പോലും നിലത്തിരുന്ന് കഴിക്കുന്ന കാലം. അന്നും ഇന്നും മേൽ ജാതി പണം തന്നെയാണെന്നത് മനസ്സിലാക്കാൻ വലിയ പഠിപ്പിന്റെയൊന്നും ആവശ്യമില്ല. എത്രയോ കാലങ്ങൾക്കു ശേഷമാണ് അംഗൻവാടി നിലവിൽ വന്നത്.

പിൽക്കാലത്ത് ഗ്രാമപഞ്ചായത്ത് വൈസ് പ്രസിഡന്റായിരിക്കുമ്പോൾ ആശാൻ കളരിക്ക് സർക്കാരനുവദിച്ച ധനസഹായം കൈപ്പറ്റുന്നതിന് ആശാനും ആശാട്ടിയുമൊക്കെ വരുമ്പോൾ രേഖകൾ ഒന്നും പരിശോധിക്കാതെ ഒപ്പു വച്ചു കൊടുക്കുമ്പോൾ അന്നുണ്ടായിരുന്ന അതേ മാനസികാവസ്ഥ തന്നെയായിരുന്നു.

പ്രവേശനകവാടങ്ങൾ

വീട്ടിൽ നിന്നും മൂന്നോ നാലോ കിലോമീറ്റർ അകലെയുള്ള തിരുവിഴ ഗവൺമെന്റ് എൽ.പി.എസ് ലായിരുന്നു ഒന്നാം ക്ലാസ്സ് മുതൽ 4-ാം ക്ലാസ്സ് വരെയുള്ള വിദ്യാഭ്യാസം.

രാജഭരണ കാലത്ത് 1913 ലാണ് തിരുവിഴ സ്കൂൾ ആരംഭിക്കുന്നത് തുരുത്തേമഠം വക സ്ഥലത്തായിരുന്നു സ്കൂൾ തുടങ്ങുന്നത്. തിരുവിഴ ക്ഷേത്രത്തിന് കിഴക്കു വശമാണ് കാട്ടിൽ കോവിലകം. കോവിലകത്തെ തമ്പാനാണ് ഈ പ്രദേശത്ത് ആദ്യമായി ബി എ പാസാകുന്നത്. അദ്ദേഹത്തിന്റെ യഥാർത്ഥ പേര് ആളുകൾ മറക്കുകയും ബി എ തമ്പാനെന്നറിയപ്പെടുകയും ചെയ്തു. അദ്ദേഹത്തിന്റെ താൽപര്യ പ്രകാരമാണ് സ്കൂൾ സ്ഥാപിക്കുന്നത്. ആദ്യം പെൺപള്ളിക്കൂടമായിരുന്നു. എൽ. പി. ജി. സ്കൂൾ എന്നത് പിന്നീട് പേര് മാറിയത് ഗവൺമെന്റ് ഏറ്റെടുത്തപ്പോഴാണ്. ഗേൾസ് ഗവൺമെന്റായി മാറിയത്.

ഓല കെട്ടിയ സ്കൂളായിരുന്നു. ഇടിഞ്ഞു പൊളിഞ്ഞു വീണപ്പോൾ തിരുവിഴ ക്ഷേത്രത്തിനു മുൻവശത്തേയ്ക്ക് മാറ്റി സ്ഥാപിച്ചു. തിരുവിഴ പടിഞ്ഞാറെ മഠത്തിലെ ഗണപതി പോറ്റിയായിരുന്നു പ്രധാനാധ്യാപകൻ. ബി എ തമ്പാന്റെ അടുത്ത തലമുറയായ രവിവർമ്മ തമ്പനാണ് പഴയ സ്ഥലത്തു തന്നെ നൂറടി നീളമുള്ള തെക്ക് വടക്ക് കെട്ടിടം പണിതത്. നാനൂറോളം വിദ്യാർത്ഥികളുണ്ടായിരുന്നു. എല്ലാ ജാതിമതക്കാർക്കും ആദ്യകാലം മുതൽക്കേ പ്രവേശനമുണ്ടായിരുന്നു. തുടക്കത്തിൽ 4-ാം ക്ലാസ്സവരെയും പിന്നീട് 5-ാം ക്ലാസ്സ് വരെയുണ്ടായിരുന്നു. അടുത്ത് വേറെ സ്കൂളുണ്ടായിരുന്നില്ല. 1941 ൽ 5-ാം ക്ലാസ്സ് നിർത്തലാക്കി. ഇവിടെ നിന്നും ചേർത്തലയിൽ പോയി ഉപരിപഠനം. കായിപ്പുറത്ത് സംസ്കൃത സ്കൂളുണ്ടായിരുന്നു. ഇടതുകൈക്കൊണ്ട് ചൂരൽ പ്രയോഗം നടത്തുന്ന ദാമോദരൻ സാറും 1967ൽ അധ്യാപകനായെത്തിയ മണിസാർ എന്നു വിളിക്കുന്ന. ഇ. എൻ. ഗോപാലകൃഷ്ണപ്പണിക്കരും പ്രധാന കഥാപാത്രങ്ങളായിരുന്നു. എന്റെ മകൾ കനവിയ ഈ സ്കൂളിലാണ് പഠിച്ചത്.

ഓടുമേഞ്ഞ വരാന്തകളുള്ള സ്കൂൾ കെട്ടിടവും വാതുക്കല്ലുള്ള ചക്കരമാവും കാവ്യസങ്കല്പം പോലെ ഇന്നും മനസ്സിന് വല്ലാത്ത ആനന്ദം പകരുന്നതാണ്. ഒരു വട്ടം കൂടി മോഹമുണ്ടെങ്കിലും ഓർമ്മകൾ മേയുന്ന തിരുമുറ്റമില്ലന്നതാണ് സങ്കടം. പുതിയ കെട്ടിടത്തിന് ഒരുപാട് സൗകര്യങ്ങളുണ്ട്.

ഉച്ചയ്ക്ക് കിട്ടുന്ന നുറുക്ക ഗോതമ്പിന്റെ ഉപ്പുമാവും മൾഗർ പൊടിയുടെ കുറുക്കും നിരനിരയായി മണ്ണിൽ ശംബളകുടുക്കിട്ടിരുന്ന് കഴിക്കുന്നത് ഒരു തലമുറ നല്ലവണ്ണം ആസ്വദിച്ച രുചിയായിരുന്നു. ഉടുപ്പിന്റെ കുടുക്കഴിച്ചാണ് സ്കൂൾ വിട്ടു വരുന്നത്. വീട്ടിലെത്തുമ്പോഴേയ്ക്കും ഉടുപ്പ് വീട്ടിലേക്ക് വലിച്ചെറിയാൻ പാകത്തിൽ. സ്കൂൾ വിടുന്ന മണിയൊച്ച ഇന്നും കാതിൽ മുഴങ്ങുന്നുണ്ട്.

കളിച്ചുകുളങ്ങരയുടെ ആലയങ്ങൾ

അഞ്ചാം ക്ലാസ്സു മുതൽ എല്ലാവരും പഠിച്ചിരുന്നത് കണിച്ചുകുളങ്ങര ദേവസ്വം വകയായിട്ടുള്ള സ്കൂളിലായിരുന്നു. 1924 മെയ് മാസത്തിലാണ് സ്കൂൾ പ്രവർത്തനം ആരംഭിക്കുന്നത്. ആദ്യം രണ്ടു കുട്ടികൾ മാത്രമാണുണ്ടായിരുന്നത്. 1927ലാണ് സ്കൂൾ കെട്ടിടം നിർമ്മിക്കുന്നത്. 1947ൽ ഹൈസ്കൂൾ ക്ലാസുകൾ ആരംഭിച്ചു. മുഹമ്മയുൾപ്പെടെയുള്ള സ്ഥലങ്ങളിൽ നിന്നും വിദ്യാർത്ഥികൾ കാൽനടയാണ് സ്കൂളിലെത്തിയത്. അക്കാലത്ത് ഇവിടെ മാത്രമേ ഹൈസ്കൂൾ ഉണ്ടായിരുന്നുള്ളു. സൈക്കിളുകൾ പോലും സാമ്പത്തികമുള്ളവർക്ക് പിന്നീടാണ് ഉപയോഗിക്കാൻ കഴിഞ്ഞത്. അതിനു മുൻപ് സൈക്കിളിനും റേഡിയോയ്ക്കും ലൈസൻസ് വേണ്ടിയിരുന്നുവെന്ന് പറഞ്ഞ് കേട്ടിട്ടുണ്ട്. ഇല്ലാത്തവരെ ഒറ്റുകൊടുക്കുന്നതിൽ പ്രധാനി അഞ്ചലോട്ടക്കാരനായിരുന്നു.

മലയാള ഭാഷയിൽ ആദ്യമായി പാഠപുസ്തകമുണ്ടാകുന്നത് 1818

ൽ ഗൗരിപാർവ്വതിമഹാറാണി പുറപ്പെടുവിച്ച തീട്ടൂര പ്രകാരമാണ്. പക്ഷേ ഞങ്ങൾ അവരെയും പറ്റിച്ചു. ജയിച്ചവരെ നേരത്തെ കണ്ടു പിടിച്ച് അവരുടെ പുസ്തകം പകുതി വിലയ്ക്കോ വെറുതെയോ വാങ്ങി ഓരോ ക്ലാസ്സിലും മാറി മാറി ഉപയോഗിച്ചു. പുതുമണം പൂർണ്ണമായും വിടാത്ത പുസ്തകങ്ങളുമുണ്ടായിരുന്നു. സിലബസിൽ മാറ്റമില്ലാത്തിട ത്തോളം കാലം പാർവ്വതി മഹാറാണി തന്നെയഭയം.

വളരെ പ്രശസ്തമായ കണിച്ചുകുളങ്ങര ദേവീക്ഷേത്രത്തിന്റെ ഓർമ്മ കളിലാണ് പ്രദേശവാസികൾ താമസിക്കുന്നത്. ഇരുന്നൂറിലധികം വർഷം പഴക്കമുള്ള ക്ഷേത്രം കമർത്തുശ്ശേരി കുടുംബം വക ഓലമേ ഞ്ഞതായിരുന്നു. 1913 ലാണ് ഓടുമേഞ്ഞത്. നിത്യപൂജയുണ്ടായിരു ന്നില്ല. ആലുവായിൽ സംസ്കൃത സ്കൂൾ പണിയുന്നതിന് തെങ്ങു കെട്ടു പരിപാടികൾക്കു വേണ്ടി ഓരോ പ്രദേശത്തും ഗുരു സന്ദർശിക്കുന്ന സമയം. മാരാരിക്കുളത്ത് പനമ്പു കാട്ടിൽ വേലായുധപ്പണിക്കരുടെ വീട്ടിലാണ് താമസം. കൂടെയുള്ളവർ തെങ്ങുകൾ കെട്ടി വന്ന് വിവരം ധരിപ്പിക്കും. ആ കാലയളവിൽ 1921 ൽ ശ്രീനാരായണ ഗുരു സന്ദർശി ച്ചതിനു ശേഷമാണ് നിത്യപൂജ തുടങ്ങിയത്.

രണ്ടു മൂന്നു കിലോമീറ്റർ പടിഞ്ഞാറു ഭാഗത്തുള്ള അറബിക്കടലിൽ കർക്കിടക സംക്രമത്തിന് ദേവി നീരാട്ടിനായി പോകും. ചിങ്ങ സം ക്രമത്തിന് തിരിച്ചെത്തും. അപ്പോൾ ഔഷധക്കഞ്ഞി നേദിക്കുമായി രുന്നു. 1923ലാണ് ക്ഷേത്രസമിതിയ്ക്ക് എല്ലാ അവകാശങ്ങളും കിട്ടുന്ന ത്. താന്ത്രിക അവകാശം തലമുറകളായി കമർത്തുശ്ശേരി കുടുംബത്തി നാണ്. ആദ്യത്തെ ഭരണസമിതി പ്രസിഡന്റ് ചാരങ്കാട്ട് അച്ചോ ജോ ണായിരുന്നു.

സാമൂഹിക പ്രവർത്തകനും മത സൗഹാർദ്ദത്തിന്റെ ശക്തനായ പ്രചാരകനുമായിരുന്നു അദ്ദേഹം. ഇദ്ദേഹത്തിന്റെ ചാരങ്കാട്ട് തറവാ ട് ആ കാലഘട്ടത്തിൽ കരപ്പുറത്തെ കോടതി എന്നാണറിയപ്പെട്ടിരു ന്നത്. എല്ലാ ജാതി മതക്കാരുടെയും തർക്കങ്ങൾ അവിടെവെച്ചാണ് പരിഹരിച്ചിരുന്നത് അത്രയ്ക്ക് സ്വീകാര്യനായിരുന്നു അച്ചോ ജോൺ.

അതിപ്രാചീനകാലം മുതലേ ജാതിമതഭേദമെന്യേ എല്ലാവർക്കും ആരാധിക്കാവുന്ന ക്ഷേത്രമായിരുന്നു. ആലപ്പുഴ ജില്ലയിൽ ചേർത്തല താലൂക്കിൽ ദേശീയപാത 66ന് പടിഞ്ഞാറു ഭാഗത്തായി അറബിക്കട ലിന് കിഴക്കു വശത്താണ് ക്ഷേത്രം.

ദേവികപ്പലിൽ കളിച്ചു വരുമ്പോൾ ഈ ഭാഗത്തു വച്ച് കപ്പൽ തക രുകയും ഒരു നമ്പൂതിരി ദേവിയെ ഇവിടെ പ്രതിഷ്ഠിച്ചുവെന്നാണ് പ്രചാ രത്തിലുള്ളത്. കളിച്ചുകുളങ്ങര പിന്നീട് കണിച്ചുകുളങ്ങരയായി.

ആദ്യകാലങ്ങളിൽ ഭഗവതി ക്ഷേത്രങ്ങളിൽ അനുഷ്ഠിക്കുന്ന പ്രാചീനകലയായ പടയണിയായിരുന്നു ഉത്സവാഘോഷം. ശരിയായ പടയണിയുടെ രീതിയിലായിരുന്നില്ല. ഡപ്പാംകുത്ത്. നാനാമതജാതിക്കാരെല്ലാം പടയണിയിൽ പങ്കെടുക്കാറുണ്ട്. ചെറുതും വലുതും കോലങ്ങളേന്തി ചെണ്ട, തപ്പ്, ഇലത്താളം തുടങ്ങിയ വാദ്യാഘോഷങ്ങളുടെ അകമ്പടിയോടെ തീച്ചൂട്ടും, പന്തങ്ങളും മാവിന്റെ പച്ചിലച്ചാർത്തുമായി തുള്ളിയുറയുകയാണ് കണ്ട് നിൽക്കുമ്പോൾ നമ്മളും ഉന്മാദാവസ്ഥയിലാകും. അറിയാതെ ചുവടു വച്ചു പോകും.

വിവിധ പ്രദേശങ്ങളിൽ നിന്നെത്തുന്ന ഇത്തരം കൂട്ടങ്ങൾ വടക്കെത്തെരുവിലോ തെക്കേതെരുവിലോ കേന്ദ്രീകരിച്ച് വലിയ കോഴിയന്നങ്ങളും മറ്റ് അന്നങ്ങളും വലിച്ച് ചാട്ടുരുട്ടി തിരുനടയിൽ വേല കുമ്പിടും. പിന്നെ പ്രശസ്തമായ കരിമരുന്നു പ്രയോഗം.

രണ്ടു ചേരുവാര ഉത്സവം കഴിയുമ്പോഴേയ്ക്കും ഒരുപാട് കള്ളു തീരുകയും പലരും തമ്മിൽ തല്ലി ആശുപത്രിയിലാകുകയും ചെയ്യും. ചില ജീവനുകളും നഷ്ടമായിട്ടുണ്ട്. പഴയകാല വൈരാഗ്യം തീർക്കുന്നത് ഉത്സവത്തിന്റെ ഇരുട്ടുമറയിലാണ്. ഇത്തരം പേക്കൂത്തുകളില്ലായിരുന്നുവെങ്കിൽ എന്തു രസമായിരുന്നു. ഉത്സവം കഴിയുമ്പോൾ വലിയ നഷ്ടബോധമായിരുന്നു.

പഴയ കോഴിയന്നം ഇപ്പോഴും ഉത്സവത്തിന് പുതുക്കി പ്രദർശിപ്പിക്കും. ഇതു സൂക്ഷിക്കുന്ന സ്ഥലത്തിന് കാലന്തരത്തിൽ അന്നപ്പുരയെന്ന സ്ഥലനാമം വന്നു ചേർന്നു. ക്ഷേത്രത്തിന് വടക്കു വശമാണിത്. ഇപ്പോഴും അടുത്തുള്ള വളവനാട്, അറവുകാട് ക്ഷേത്രങ്ങളിൽ വേല പടയണി ഉത്സവാഘോഷമാണ്.

പിന്നീട് ഒരുപാട് തർക്കങ്ങളും മറക്കാനാവാത്ത വഴക്കുകളും ഒരിക്കലും തീരാത്ത കേസുകളും നിരന്തരമായിരുന്നു. സാധാരണക്കാർ സങ്കടത്തോടും ഭയത്തോടുമാണ് ഇതെല്ലാം നോക്കിയിരുന്നത്. ആചടങ്ങുകളെല്ലാം മാറി മറിഞ്ഞ് ആനപ്പുറത്ത് കാഴ്ച്ച ശ്രീബലി. എഴുന്നള്ളത്തും ഒഴിവാക്കി. ജീവത (വിഗ്രഹം വയ്ക്കുന്ന ചട്ടക്കൂട്) തോളിലേന്തി മലബാർ തെയ്യങ്ങളുടെ അകമ്പടിയോടെയാണ് ഇപ്പോൾ ദേവി വിഗ്രഹം കാഴ്ച്ചശ്രീബലിയ്ക്കെത്തുന്നത്. മറ്റ് വാദ്യമേളങ്ങളും മാറി മാറിയുണ്ടാകും. പഴയ കോഴിയന്നത്തിന്റെ ചെറിയരൂപം അമ്പലത്തിനകത്ത് വടക്കുപടിഞ്ഞാറുഭാഗത്ത് ആചാരപ്രകാരം നിലനിർത്തിയിട്ടുണ്ട്.

ഉത്സവപ്പിറ്റേന്ന്

ഞങ്ങളുടെ കുട്ടിക്കാലത്ത് ഉത്സവപ്പിറ്റേന്ന്, കുരുതിയുടെയന്ന് രാത്രിയിൽ പേടിച്ചിട്ടാരും ആ വഴിക്ക് പോകാറില്ല. ദീപാരാധന കഴിഞ്ഞാൽ അമ്പലത്തിലും ഒരു തരി വെട്ടമുണ്ടാവില്ല. എല്ലാം അടച്ച് അനക്കമില്ലാതെ ആകാശം പോലും അന്ധകാരത്തിലാവും. പേടിപ്പെടുത്തുന്ന ഒരുപാട് കെട്ടുകഥകളും. കൊടുങ്ങല്ലൂരമ്മയുൾപ്പെടെയുള്ള ഏഴു സഹോദരിമാർ വന്ന് കണിച്ചുകുളങ്ങര ദേവിയെ കൂട്ടിക്കൊണ്ടുപോകും. അവരുടെ ദൃഷ്ടിയിൽപ്പെട്ടാൽ കഥ നമ്മുടേത് കഴിഞ്ഞതു തന്നെ. പിന്നീടുള്ള ഏഴുദിവസം വെട്ടമില്ലാതെ കിടക്കുകയും തുടർന്ന് ഏഴാംപൂജയും. വൈദ്യുതി വന്നപ്പോൾ ഈ കഥകൾ വരെ വെട്ടത്തിനു വഴിമാറി.

ഏഴുവരിമുള്ളുള്ള കൈത സസ്യശാസ്ത്രത്തിന് അദ്ഭുതമാണ്. ദേവീസാന്നിദ്ധ്യമുള്ള സ്ഥലത്ത് ഋതുമതിയായ ചെറുമി തഴപ്പായ നെയ്യുന്നതിന് കൈതയോല മുറിക്കാനെത്തി. ദേവിയുടെ കോപത്താൽ മോഹാലസ്യപ്പെട്ടു വീണു. കൈതയോലയ്ക്ക് ഏഴുവരി മുള്ളുണ്ടാവുകയും ചെയ്തു. അത് നശിച്ചു പോകാതെ ഇപ്പോഴും സംരക്ഷിച്ചു പോരുന്നു. ആയുഷ്ക്കാലം മുഴുവൻ ഓർമ്മിക്കാൻ കഴിയുന്ന ചെറുമി സാന്നിദ്ധ്യമായി കാലം കരുതിവച്ച കുസൃതിയാവാം.

മൈസൂർ രാജാവായിരുന്ന ഹൈദർഅലിയും പിന്നീട് ടിപ്പുസുൽത്താനും വടക്കൻ കേരളത്തിലേക്ക് നടത്തിയ അധിനിവേശം (1766 - 1792) അറബിക്കടലിലേയ്ക്ക് എളുപ്പമായ മാർഗ്ഗം തുറന്നെടുക്കുക എന്നതായിരുന്നു. 1773-90 കാലഘട്ടങ്ങളിലെ അവരുടെ പടയോട്ടക്കാലത്ത് ഹൈന്ദവർ തെക്കോട്ട് പാലായനം ചെയ്തു. നമ്പൂതിരമാർ ഓടിപ്പോന്നപ്പോൾ ഉപാസനാമൂർത്തികളുടെ വിഗ്രഹവും കക്ഷത്തിലടുക്കിപ്പിടിച്ച്, കടൽ വഴി വന്ന നമ്പൂതിരി കുടുംബം കപ്പൽച്ചേദം സംഭവിച്ച്, കടൽ മാറി കരയായ കരപ്പുറത്ത് എത്തിച്ചേരുകയും ദേവിയെ ഇവിടെ പ്രതിഷ്ഠിക്കുകയും ചെയ്തു. ടിപ്പുവിന്റെ പടയോട്ടത്തിനു ശേഷം പലരും തിരിച്ചു പോയി കണിച്ചുകുളങ്ങരയിൽ താമസമാ

ക്കിയ നമ്പൂതിരി കുടുംബം തിരിച്ച് പോയില്ല. അതിനുശേഷം ഒരുപാട് ജീവിത പരിവർത്തനങ്ങളുണ്ടായി. ഇതെല്ലാം ചരിത്രമാണെങ്കിലും അപദാന കഥകൾ പലതും പ്രചാരത്തിലുണ്ട്. കൊല്ലവർഷം 1088 ൽ ക്ഷേത്രം ജീർണ്ണോദ്ധാരണം നടത്തി.

കണിച്ചുകുളങ്ങര ഗുരുപൂജാ ഹാളും സദ്യാലയവും

ബാലവേദി

നാട്ടിൻപുറത്ത് ബാലവേദി എന്ന സംഘടനയ്ക്ക് 1981 ൽ ഞങ്ങളെല്ലാവരും ചേർന്ന് രൂപം നൽകുകയുണ്ടായി. പ്രായഭേദമന്യേ എല്ലാവരും പങ്കെടുക്കുന്ന ഓണാഘോഷം അവിസ്മരണീയമായിരുന്നു. നാളുകൾക്ക് മുൻപേ തയ്യാറെടുക്കും. സന്ധ്യയ്ക്ക് എല്ലാവരും ഒത്തുകൂടും. വിജനമായ സ്ഥലത്ത് നേരത്തെ തന്നെ മണ്ണുകൂട്ടി പൊക്കത്തിൽ സ്റ്റേജ് നിർമ്മിക്കും. വലിയ ഊഞ്ഞാൽ(ആലാത്ത്) കെട്ടലാണാദ്യം. പിന്നെ ആലാത്തിന്റെ ചുവട്ടിലാണെല്ലാവരും ഒത്തു ചേരുന്നത്. അതൊരടയാളമാണ്. ആലാത്തിന്റെ ചുവട്ടിൽ എപ്പോഴും ആരെങ്കിലുമൊക്കെയുണ്ടാകും. പ്രദേശത്തെ എല്ലാ വീട്ടിലെയും എല്ലാവരുടെയും സഹകരണമുണ്ടാകും. നിലാവിന്റെ വെട്ടത്ത് സ്ത്രീകൾ പങ്കെടുക്കുന്ന കൈകൊട്ടിക്കളി. കുട്ടികളുടെ വിവിധതരം കളികൾ. പ്രായം ചെന്നവർ നിലാവിന്റെ തെങ്ങോലത്തണലിലിരുന്ന് കുശലം പറച്ചിൽ ചിലപ്പോൾ ചീട്ടുകളി ആകെയൊരു മേളമാണ്. വൈകുന്നേരമാകാൻ കാത്തിരിക്കും ജോലികഴിഞ്ഞെല്ലാവരും എത്തിച്ചേരും. മഞ്ഞണിഞ്ഞ ഓണനിലാവിൽ നിഴലുപോലെ എല്ലാവരുടെയും മനസ്സിൽ ആ രൂപങ്ങൾ ഓടിക്കളിക്കുന്നുണ്ടാവും.

അത്തം മുതൽ തന്നെ ആഘോഷം തുടങ്ങും തിരുവോണത്തിന് എല്ലാവരും വീട്ടിൽ തന്നെ കൂടും. രണ്ടു ദിവസം കൂടിക്കഴിയുമ്പോളാണ് സമാപന ചടങ്ങ്. കലാകായിക മത്സരങ്ങൾ, സമ്മാനദാനം, ജനപ്രതിനിധികളെയും സാംസ്കാരിക രംഗത്തുള്ളവരെയും പങ്കെടുപ്പിച്ചു കൊണ്ടുള്ള സമ്മേളനം. കലാപരിപാടികൾ, നാടകങ്ങൾ എല്ലാം കഴിയുമ്പോൾ നേരം വെളുത്തിരിക്കും. നാടകത്തിലഭിനയിക്കുന്നതും നാട്ടുകാർ തന്നെയാണ്. അതുകൊണ്ട് തന്നെ ആഴ്ച്ചകൾ നീണ്ടു നിൽക്കുന്ന റിഹേഴ്സലായിരിക്കും. ഇതിനൊക്കെയുള്ള പണവും നാട്ടിൽ നിന്നു തന്നെ കണ്ടെത്തണം.

ഈ പരിപാടികൾക്കു വേണ്ടിയാണ് ഞാൻ ലഘുനാടകങ്ങൾ എഴുതിത്തുടങ്ങുന്നത്. വലിയ നാടകങ്ങളും ഉണ്ടാകും. അതിൽ ഞാൻ

പാട്ടെഴുത്തുകാരന്റെ പണിയാണ് ചെയ്യത്. എല്ലാത്തിലും നാട്ടുകാർ തന്നെയായതുകൊണ്ട് കാണികൾക്ക് വലിയ കൗതുകമായിരുന്നു.

പിന്നെ ഈ കെട്ടുചമയങ്ങളെല്ലാം പഴയപടിയാക്കുന്നതിലാണ് പ്രയാസം. അതിന് ആദ്യം ഉണ്ടായ ആൾക്കാരൊന്നുമുണ്ടാവില്ല. എന്നാലും അവസാനിച്ചു പോയല്ലോ എന്ന ദുഃഖത്തോടെ അടുത്ത ഓണത്തിനു വേണ്ടി കാത്തിരിക്കും. ഓരോരുത്തരും അഭിനയിച്ചതും അവതരിപ്പിച്ചതും കുറച്ചു നാൾ കൂടി ചർച്ചയിൽ സജീവമാകും.

ബാലവേദിയുടെ ജില്ലാതാലൂക്ക് തലത്തിൽ പിന്നെ ഏറെക്കാലത്തെ പ്രവർത്തനം. സ്മരണകൾക്കു പോലും കണ്ണീർ നനവുള്ള സോണി ബി തെങ്ങമം ആയിരുന്നു അന്ന് ബാലവേദിയുടെ സംസ്ഥാന സെക്രട്ടറി. പിന്നീട് എ.ഐ.വൈ.എഫ് ന്റെ സംസ്ഥാന സെക്രട്ടറി. ദേശീയ സെക്രട്ടറിയായി പ്രവർത്തിക്കുമ്പോഴും ഞാനും ജില്ലാ സെക്രട്ടറിയായി വരെ കൂടെയുണ്ടായിരുന്നു. സോണി ക്ഷീണിതനായി പത്തനാപുരം ഗാന്ധിഭവനിൽ ആയിരുന്നു അവസാനം. മരണചടങ്ങുകൾക്ക് ഞാനും സാക്ഷിയായി.

ബാലവേദിയിൽ ഞങ്ങളുടെ നാടകം സംവിധാനം ചെയ്തിരുന്നത് ആലപ്പുഴക്കാരൻ ബാബു ചാർളിയായിരുന്നു. നക്സൽബാരിയുടെ സജീവ പ്രവർത്തകനായിരുന്ന അദ്ദേഹം ചില ക്രിമനൽ കേസുകളിൽ പ്രതിയായിരുന്നു. തീവ്ര കമ്മ്യൂണിസ്റ്റ് പാർട്ടികളാണ് പ്രത്യയശാസ്ത്രം അണുവിട തെറ്റാതെ കൊണ്ട് നടക്കുന്നത്. അവസാനം ഒരു സിനിമാ ടാക്കീസിലെ അനൗൺസറായി. അന്ന് വരാൻ പോകുന്ന സിനിമകളുടെ പരസ്യം വാഹനങ്ങളിലൂടെ നടത്തുമായിരുന്നു. പിന്നീട് ഉപജീവനാർത്ഥം ഒരു മുതലാളിയുടെ വീട്ടിലെ സെക്യൂരിറ്റി ജീവനക്കാരനായി. കാലം ആരോടും മമത കാണിക്കാറില്ല. അദ്ദേഹം ഇന്ന് ജീവിച്ചിരിപ്പില്ല.

പൂവൻപഴം

എന്റെ വീടിനടുത്തുള്ള ചേർത്തല എസ്.എൻ.കോളേജ് കാണുമ്പോൾ ഇപ്പോഴും വല്ലാത്തൊരു വിമ്മിട്ടമാണ്. പ്രീഡിഗ്രിക്കുവേണ്ടി സെന്റ് മൈക്കിൾ കോളേജിലേയ്ക്കും എസ്.എൻ.കോളേജിലേയ്ക്കും അപേക്ഷ അയച്ചിരുന്നു. ആദ്യം അഡ്മിഷൻ കിട്ടിയത് എസ്.എൻ. കോളേജിലേക്കാണ്. 1980-82 കാലയളവിൽ തേർഡ്ഗ്രൂപ്പിൽ ചേർന്നു. നല്ലൊരു വസ്ത്രം പോലും ഇല്ലാതെയുള്ള പഠനം. അന്നു ധരിച്ചിരുന്ന വസ്ത്രങ്ങളെക്കുറിച്ചാലോചിക്കുമ്പോൾ വലാത്ത ലജ്ജയാണ്. അപകർഷതാബോധത്തിന്റെ ഡിഗ്രിയായിരുന്നു പഠിച്ചത്.

ആദ്യത്തെ കോളേജ്ഡേയ്ക്ക്, എന്റെ പ്രിയപ്പെട്ട സഹപാഠി പേരു പോലും ഉറപ്പായി ഓർത്തെടുക്കാൻ പറ്റുന്നില്ല - പരിപാടി അവസാനിക്കുന്നതിന് മുൻപ് പോയപ്പോൾ ഞാൻ കാലെടുത്ത് വട്ടം വച്ച് തടസ്സപ്പെടുത്തി. സ്നേഹപൂർവ്വം എന്റെ കാലെടുത്ത് മാറ്റി വിടപറയാതെ പോകുമ്പോൾ അവളുടെ മുഖത്ത് വല്ലാത്ത സങ്കടം ഉണ്ടായിരുന്നോ? പിന്നെ ഒരിക്കലും അവൾ ക്ലാസിലേക്കു വന്നതേയില്ല. എന്താണ് സംഭവിച്ചത്. അതേപോലെ അടുത്ത കൂട്ടുകാരനായിരുന്ന രാധാകൃഷ്ണനെ പിന്നീടൊരിക്കലും കണ്ടിട്ടില്ല.

അന്നു കോളേജിലുണ്ടായിരുന്ന പ്രൊഫസർ കടപ്പാക്കട ഗോപി എന്റെ വീടിനടുത്ത് വാടകയ്ക്ക് താമസിക്കുകയായിരുന്നു. ഞാനുമായി നല്ല സൗഹൃദം. പോളിത്തീൻ കവറിൽ വരുന്ന ചാരായം കുടിക്കുക എന്നതാണ് അദ്ദേഹത്തിന്റെ പ്രധാന നേരംപോക്ക്.

വൈക്കം മുഹമ്മദ് ബഷീറിനെക്കുറിച്ച് ക്ലാസ്സെടുക്കുമ്പോൾ ഒരു വിദ്യാർത്ഥിനി വൈകി ക്ലാസിലെത്തി. വാതുക്കൽ അനുവാദത്തിന് വേണ്ടി കാത്തുനിൽക്കുകയാണ്. അദ്ദേഹം നിശബ്ദമായി അവളെ നോക്കി. എല്ലാവരുടെയും ശ്രദ്ധ പെൺകുട്ടിയിലേയ്ക്കായപ്പോൾ അദ്ദേഹം പറഞ്ഞു: പൂവൻപഴം. പാഠഭാഗത്തിന്റെ പേരായിരുന്നുവെങ്കിലും സന്ദർഭോചിതമായി ക്ലാസ്സിൽ പൊട്ടിച്ചിരി മുഴങ്ങി. പെൺകുട്ടിയും ആ നേരംപോക്കിൽ പങ്കുചേർന്നു. ഇന്നായിരുന്നുവെങ്കിൽ സ്ത്രീപീഢ

നത്തിന്റെ ലിസ്റ്റിൽ വരുമായിരുന്നു.

വൈക്കം മുഹമ്മദ് ബഷീറിന്റെ വിഡ്ഢികളുടെ സ്വർഗ്ഗം എന്ന 1943 ൽ പ്രസിദ്ധീകരിച്ച ചെറുകഥാ സമാഹാരത്തിലെ ജമീല ബീവിയെന്ന കഥാപാത്രത്തെപ്പറ്റി എഴുതിയ വളരെ രസകരമായ ചെറുകഥയാണ് പൂവൻപഴം.

ഗോപിസാർ റിട്ടയർ ചെയ്തതിനു ശേഷം പരിചയക്കാരോട് പൈസ ഇരന്നു വാങ്ങി മുഴുവൻ സമയ കള്ളുകുടിയനായി. കുടുംബത്തെ ഉപേഷിച്ചു. ആരും നോക്കാനില്ലാതെ അനാഥനായി തെരുവിൽ കിടന്നു മരിച്ചുവെന്നാണ് പിന്നീടറിയാൻ കഴിഞ്ഞത്. ഗന്ധമില്ലാത്ത മുരിക്കിൻ പൂവിനെ ശലഭങ്ങൾ പോലും ആകർഷിക്കാറില്ലല്ലോ.

എന്തിനാണ് ഒരുപാട് പൂക്കൾ കൊണ്ട് ഒരു റീത്ത്. ഒരു നൊമ്പരപ്പൂവ് കേട്ടമാത്രയിൽ അന്നേ അദ്ദേഹത്തിന്റെ കാലിണകളിൽ ഞാൻ സമർപ്പിച്ചിരുന്നു. ശ്രീകൃഷ്ണൻ കുചേലനെന്ന സുധാമാവിനോട് പറഞ്ഞതുപോലെ, ‘നന്മയെ മാത്രമല്ല തിന്മയെ കൂടി ചേർത്താണ് ഞാൻ നിന്നെ സ്നേഹിച്ചത്’.

പുത്തൻതോട്ടം ചക്കൻതുരുത്തും

പഴയ ഗ്രാമവിശുദ്ധിയും ഗ്രാമവാസികളുടെ നന്മതിന്മയും അനുഭവിക്കാൻ കഴിഞ്ഞുവെന്നതാണ് ഞങ്ങളുടെ തലമുറയുടെ ഭാഗ്യം. കതിരണിഞ്ഞ പാടങ്ങൾ, ഒറ്റക്കാലിൽ തപസ്സു ചെയ്യുന്ന കൊറ്റികൾ കച്ചാണിയിലൊഴുകിയെത്തുന്ന പരൽ മീനുകൾ, തെങ്ങോലയിലൂയലാടുന്ന തത്തകൾ, പച്ചപ്പുല്ല്തിന്നയവിറക്കുന്ന പശുക്കിടാങ്ങൾ, സന്ധ്യപോലെ കൂടിച്ചേരുന്ന ജന്മങ്ങൾ, ചേക്കേറാൻ വേഗത്തിൽ പറക്കുന്ന പക്ഷികൾ, നിലാവിൽ കുളിച്ചു നിൽക്കുന്ന കാവുകൾ, പുലർകാലമഞ്ഞുകണങ്ങളിലെണ്ണിയാലൊടുങ്ങാത്ത ഉദയസൂര്യന്മാർ, കൗസല്യാസുപ്രജരാമപൂർവ്വ സന്ധ്യാ പ്രവർത്തതേ... യാഗം കഴിഞ്ഞ് സരയൂനദിതീരത്ത് ഉറങ്ങുന്ന ശ്രീരാമനെയും ലക്ഷ്മണനെയും ഉണർത്താൻ വിശ്വാമിത്ര മഹർഷിയുടെ കാവ്യം ഒഴുകിയെത്തുന്നത് അടുത്തുള്ള അമ്പലത്തിൽ നിന്നാണ്.

വരകാടിയെന്ന ഗ്രാമത്തിന് യാതൊരു പ്രത്യേകതയുമുണ്ടായിരുന്നില്ല. ഒരു സാധാരണ ഗ്രാമം അമ്പലത്തിന്റെ പേരിലാണ് അറിയപ്പെടുന്നത്, ചെറുവള്ളി സ്വരൂപത്തിൽ നിന്നും വന്ന ബ്രാഹ്മണർ സ്ഥാപിച്ച ഓലകെട്ടിയ നാലമ്പലമായിരുന്നു ആദ്യം. ശ്രീകോവിലുണ്ടായിരുന്നില്ല. അവരാണ് ഐക്കര കുടുംബത്തെ ഏൽപിച്ചത്. ആ സ്ഥലം ഇപ്പോൾ കളരിയെന്നാണറിയപ്പെടുന്നത്. അവിടെ ഒരായോധന കളരിയുമുണ്ടായിരുന്നു. പൂർണ്ണമായും ഇന്നത് ജീർണ്ണാവസ്ഥയിലാണ്. ഐക്കര കുടുംബത്തിന്റെ ശാഖയായ വരകാടി കുടുംബമാണ് എല്ലാം ഏറ്റെടുത്തു നടത്തിയത്. ഇന്ന് പലരുടെയും താമസസ്ഥലമാണ്. വരകാടിയിൽനിന്നും മിച്ചവാരം വെളിയിലേക്കും അവിടെ നിന്നും പൊക്ലാശ്ശേരിയിലേക്കും നമ്പൂതിരിമാർക്ക് പൂജ ചെയ്യുന്നതിന് പോകാൻവേണ്ടി മാത്രമായി ഒരു നടവഴിയുണ്ടായിരുന്നു. മറ്റാരുടെയും ശല്യമുണ്ടാകാതിരക്കാനാണീ വഴി. പിന്നീടത് പുറമ്പോക്കാകുകയും കാലക്രമേണ അടുത്ത താമസക്കാർ കൈവശപ്പെടുത്തുകയും ചെയ്തു.

രണ്ടാം ലോകമഹായുദ്ധകാലത്ത് (1939-45) ജോലിയും കൂലിയു

മില്ലാതിരുന്ന കാലയളവിൽ പട്ടിണി മാറ്റുന്നതിന് വേണ്ടി ജോലിക്കു ഭക്ഷണം എന്ന നിലയിലാണ് ആലപ്പുഴ-ചേർത്തല കനാൽ നിർമ്മിച്ചത്. അന്ന് ബർമ്മയിൽ നിന്നാണരി കൊണ്ടുവന്നത്. 1949 വരെ ചിത്തിര തിരുനാളാണ് തിരുവിതാംകൂറിനെ ഭരിച്ചത്. അതിനുശേഷം അദ്ദേഹം രാജപ്രമുഖനായിരുന്നു. അന്ന് വലിയ പദ്ധതിയായിരുന്നു ചരക്ക് കയറ്റിറക്കം ജലഗതാഗതം അതെല്ലാം അവതാളത്തിലായി. 1956 ൽ കേരള സംസ്ഥാന പിറവി. 1958 ൽ തോടുവെട്ട് ഭാഗികമായി പൂർത്തിയാക്കി അവസാനിപ്പിച്ചു.

പുത്തൻതോട് എന്ന പേരിലാണ് കനാൽ അറിയപ്പെടുന്നത്. പ്രദേശവാസികളുടെ ജീവിതത്തിന്റെ ഭാഗമാണ്. പല ഭാഗങ്ങളിലായി തടയിണ കെട്ടിയതു കൊണ്ട് വെള്ളം നിൽക്കുന്നു. തോട്ടിൽ നിന്ന് പിടിക്കുന്ന മീനും പായൽ വാരിയെടുത്ത് വളമാക്കുന്നതും വരുമാനത്തിന്റെയും കൂടി ഭാഗമായി. ഇരുകരയിലും മലപോലെയുള്ള വെള്ള മണൽ കുന്നുകൾക്കു മീതെ തഴച്ചു വളർന്നു പന്തലിച്ച കപ്പിലുമാവും വാളൻപുളിയും പുന്നമരവും ഗ്രാമത്തെ കൂടുതൽ ചേതോഹരമാക്കി. രാവിലെ മുതൽ വൈകുന്നേരം വരെ ഓരോ കാര്യത്തിനായി തോട്ടിൽ ആൾക്കാർ സജീവമായിരുന്നു. രാവിലെ പുത്തൻതോടിന്റെ കരയിൽ ചെന്ന് പ്രഭാതകൃത്യങ്ങളെല്ലാം നിർവ്വഹിച്ച് കുളിയും നടത്തിയതാണ് ഞങ്ങളുടെ ഒരു ദിവസം ആരംഭിക്കുന്നത്. അക്കരെയും ഇക്കരെയുമുള്ള കടവിൽ തുണി അലക്കും കുളിയും കന്നുകാലികളെ കുളിപ്പിക്കലുമൊക്കെയായി നല്ല തിരക്കായിരിക്കും. ഓർമ്മയിൽ സൂക്ഷിക്കാനിതും ഒത്തിരി മധുര സ്മരണകൾ സമ്മാനിച്ചിട്ടുണ്ട്.

ഇപ്പോൾ എല്ലാം നേരത്തെ പറഞ്ഞതുപോലെ തന്നെ ഓർമ്മ മാത്രം. ആ വെള്ള മണൽക്കുമ്പാരം നക്കിത്തുടച്ചു. വരാന്തയിലിരുന്ന കിണ്ടി അടിച്ചു മാറ്റിയതു പോലെ. എല്ലാം കൈവഴികളും നികർത്തി സ്വകാര്യസ്വത്താക്കി. ചെറിയ ഫഴവായിലൂടെ വരുന്ന കരിമീനുൾപ്പെടെയുള്ള നീർമീനുകളും പാടത്തും തോടുകളിലും തിമിർക്കുകയായിരുന്നു. പുന്നെല്ലു കൊത്തിതിന്ന വലിയ ചെമ്പല്ലികളെ ചൂണ്ടയിട്ടു പിടിക്കുന്നത് ചെറുപ്പകാലത്ത് സ്ഥിരം പണിയായിരുന്നു.

എല്ലാ കൈത്തോടുകളെക്കുറിച്ചും നേരത്തെ പഞ്ചായത്തുകളിൽ വളരെ കാര്യമായി വിവരം ശേഖരിച്ചു വച്ചിരുന്നു. കാലാകാലങ്ങളിൽ തോടുകൾ വെട്ടി നീരൊഴുക്കു സുഗമമാക്കിയിരുന്നു. തോടുകളും പഞ്ചായത്തു രേഖകളും ഒരു പോലെ അപ്രത്യക്ഷമായി. നീരൊഴുക്കു നിലച്ചതോടെ കൃഷി അവസാനിച്ചു. വെള്ളം കെട്ടിനിൽക്കുകയോ മുറ്റത്ത് ഒഴുകിയെത്തുകയോ അല്ലാതെ മാർഗ്ഗമില്ലാതാകുകയും ചെയ്തു. സ്വന്തം നി

ലയിൽ ഇതെല്ലാം പുനഃസ്ഥാപിക്കുവാൻ കഴിയില്ല. തദ്ദേശ സ്വയംഭരണ സ്ഥാപനങ്ങൾ മുൻകൈയെടുക്കണം. ഇനിയുള്ള കാലയളവിൽ റോഡിനു പകരം തോട്ട നിർമ്മിക്കുകയും അല്ലെങ്കിൽ പഴയ തോടുകൾ പുനഃസ്ഥാപിക്കുകയോ ചെയ്യണം. നെൽകൃഷിയുൾപ്പെടെയുള്ളതിന് ഭയങ്കരമായ ഇടപെടൽ അനിവാര്യമാണ്. വ്യക്തികൾ ചെറിയ നെൽപ്പാടങ്ങളിൽ കൃഷി ചെയ്യുന്നതവസാനിപ്പിച്ചു. എല്ലാം തരിശായി.

പുത്തൻതോടിന് ഭയാനകമായ മറ്റൊരു മുഖമുണ്ടായിരുന്നു പറഞ്ഞു പ്രചരിച്ച കഥയാണ്. തെയ്യാമയെന്ന അവിവാഹിതയായ സ്ത്രീ ഗർഭിണിയായപ്പോൾ കൊന്ന് തോട്ടിൽ താഴ്ത്തിയെന്നും അവരുടെ പ്രേതം അലഞ്ഞു തിരിഞ്ഞു നടക്കുന്നുവെന്നുമായിരുന്നു കഥ. ഇതെല്ലാം അക്കാലത്ത് ഞെട്ടിക്കുന്ന വാർത്തകളായിരുന്നു. കൂരിരുട്ടുള്ള രാത്രികളെ പ്രദേശവാസികളും യാത്രക്കാരും ഭയന്നാണ് കഴിഞ്ഞത്. പ്രധാനപ്പെട്ട വീടുകളിൽ മാത്രമേ കറന്റ് വന്നു തുടങ്ങിയിട്ടുള്ളു. കണിച്ചുകുളങ്ങര പാലത്തിന്റെ ഇരു കരയിലും കള്ളന്മാരും പിടിച്ചുപറിക്കാരും പ്രേതാത്മാക്കളും എപ്പോഴും ചാടിവീഴുമെന്ന പേടി കാരണം രാത്രിസഞ്ചാരം അപൂർവ്വമായിരുന്നു. ഇരുൾ വീഴുന്നതിന് മുൻപ് പാലം കടക്കുകയെന്നായിരുന്നു. താമസക്കാരൊന്നും അവിടെയെങ്ങും ഉണ്ടായിരുന്നില്ല. മിന്നാമിനുങ്ങിന്റെ വെട്ടം മാത്രം.

കൂടാതെ പാലത്തിന് പടിഞ്ഞാറു ഭാഗത്ത് ചക്കൻതുരുത്ത് എന്ന ഒരു പേടി ഭൂമിയുണ്ട്. വിശാലമായ സ്ഥലത്ത് പാലകൾ പൂത്ത് പൂമണം പരക്കുന്നത് സുഗന്ധമായിരുന്നില്ല. യക്ഷികളുടെ വരവറിയിക്കലായിരുന്നു. അവിടെയുണ്ടായിരുന്ന വലിയ കുളത്തിൽ വാകവരാലിനെ കണ്ട് ഒരാൾ വീശിപ്പിടിക്കാൻ ചെന്നപ്പോൾ എത്ര തവണ വീശിയിട്ടും പിടുത്തം കൊടുക്കാതെ വട്ടം ചുറ്റിച്ചുവെന്നാണ് വ്യാപകമായി പ്രചരിച്ച കഥയോ കാര്യമോ? ഏതു പാതിരാത്രിയിലും വലവീശി മീൻപിടിക്കുന്നയാൾക്ക് മീൻ കിട്ടാതെ വരുമ്പോൾ വാശി കൂടുകയെന്നത് ഇവരുടെ പൊതുസ്വഭാവമാണ്.

ഞങ്ങൾ വിഷുത്തലേന്ന് ഉറക്കമിളച്ച് ശ്രീകൃഷ്ണന്റെ പ്രതിമ അലങ്കരിച്ച് തയ്യാറാക്കി വയ്ക്കുകയും ഗിഞ്ചറയും ചേങ്ങിലയും മറ്റു വാദ്യഘോഷങ്ങളോടെ പാട്ടുംപാടി വിഷുപ്പുലരിക്ക് കണികാണിക്കുവാനായി വീടുകളുടെ മുന്നിൽ ചെല്ലും. കൈനീട്ടം സ്വീകരിക്കുകയും ചിലവു കഴിഞ്ഞ് മിച്ചം വരുന്ന തുക തുല്ല്യമായി വീതിച്ചെടുക്കുകയും ചെയ്യും. എല്ലാവർഷവും ചെയ്യുന്ന പരിപാടിയാണിത്. ഒരു തവണ ചക്കംതുരുത്തിന്റെയടുത്തേയ്ക്ക് കണിയുമായി പോകുമ്പോൾ അവിടെ ഒരു തീഗോളം സഞ്ച

രിക്കുന്നു. ഇരുട്ട് വിട്ടുമാറിയിട്ടില്ല. തീപ്പിശാച്. ഞങ്ങൾ ഭയന്നു നില വിളിച്ചു. കഥയല്ല നേരിൽ കാണുകയല്ലേ വിശ്വസിക്കാതിരിക്കാനാവു മോ. എല്ലാം അവിടെ ഉപേക്ഷിച്ച് പ്രാണരക്ഷാർത്ഥം കാലപ്രയിട്ടോ ടി. രാവിലെ നന്നായി വെളുത്തതിന് ശേഷമാണ് അതെല്ലാം പോയി നോക്കിയത്. മരിച്ചു പോയവരുടെ എല്ലുകളാണ് ഇങ്ങനെ തനിയെ കത്തിജ്വാലയാവുന്നതെന്ന് ശാസ്ത്രീയ അറിവ് കിട്ടിയത് എത്രയോ വർഷങ്ങൾക്കു ശേഷമാണ്. ആ പേടിച്ചോടൽ ഞങ്ങളുടെ സായാഹ്ന ചർച്ചയിലെ തമാശകളായി. ഓരോരുത്തരും ഭാവനക്കനുസരിച്ച് കൂട്ടി ച്ചേർത്തു. പറഞ്ഞ് പറന്ന് പർവ്വതമാക്കും. വസ്തുതകൾ മാത്രമേ ജീവി തത്തിൽ ആവശ്യമായിട്ടുള്ളു ബാക്കിയെല്ലാം പതിരാണ്.

ചാരങ്കാട്ട് കുടുംബക്കാർ കൊടുത്ത സ്ഥലത്ത് പിടിയരി ഉൾപ്പെ ടെ സംഭാവനയായി സ്വീകരിച്ച് സ്ഥാപിച്ച ചേർത്തല ശ്രീനാരായണ കോളേജ് ഞങ്ങളുടെ അയലത്താണ്. എത്രയോ മഹാരഥൻമാരാ യിട്ടുള്ള അദ്ധ്യാപകരും വിദ്യാർത്ഥികളും വന്ന കലാലയം. തീർത്തും ഗ്രാമത്തിൽ സ്ഥിതി ചെയ്യുന്ന പ്രശസ്തമായ കലാലയം ഞങ്ങൾക്ക് നൽകുന്ന അഭിമാനം എത്രയോ വലുതാണ്.

പ്രധാനമന്ത്രിയായിരിക്കുമ്പോൾ മൊറാർജി ദേശായി വന്ന കണി ച്ചുകുളങ്ങര ദേശീയപാതയിലെ സ്റ്റേഡിയം വളരെക്കാലം വീട്ടിലേയ്ക്കു ള്ള അടയാള വഴികാട്ടിയായിരുന്നു. ഏക്കറുകണക്കിന് പഞ്ചസാരമ ണലുള്ള വിശാലയമായ സ്ഥലത്ത് അന്തിക്കൂട്ടങ്ങൾ അനവധിയായി രുന്നു. ഇപ്പോൾ അവിടെ വി.എൻ.എസ്.എസ്. സ്കൂളാണ്. മൊറാർജി സ്റ്റേഡിയം ഓർമ്മയായി.

കൊടിയേറ്റം

കഞ്ഞിക്കുഴിയിലുള്ള മുഹമ്മ കയർഫാക്ടറി തൊഴിലാളി യൂണിയന്റെ ഓഫീസിലെ നിത്യസന്ദർശകനായിരുന്നു ഞാൻ. ഓഫീസിലുള്ള കെ. വി. വൈദ്യരെ കാണാൻ വേണ്ടിയാണ് പോകുന്നത്. യൂണിയന്റെ സ്ഥാനമാനങ്ങളേതായാലും വൈദ്യരായിരുന്നു എല്ലാം. ലക്ഷം വീട് കോളനിയിലായിരുന്നു താമസം. ഇടതടവില്ലാതെ അവസാനമില്ലാത്ത സംസാരം. വായിക്കാൻ പാർട്ടി പ്രസിദ്ധീകരണങ്ങൾ തരും. ഒരിക്കൽ എന്നോട് പാർട്ടി മെമ്പർഷിപ്പ് എടുത്ത് പ്രവർത്തിക്കണമെന്നാവശ്യപ്പെട്ടു. കോളേജിലുണ്ടായിരുന്നപ്പോൾ മെമ്പർഷിപ്പ് ഉണ്ടെന്ന് പറഞ്ഞ ആളെ വലിയ വിപ്ലവകാരിയായിട്ടാണ് കണ്ടത്.

കെ. വി. വൈദ്യർ മെമ്പർഷിപ്പിന് ശുപാർശ ചെയ്തിട്ടും പ്രായം തികഞ്ഞില്ല എന്ന കാരണത്താൽ പ്രദേശത്തെ പ്രവർത്തകർ തടസ്സം പറഞ്ഞു. അദ്ദേഹത്തിന്റെ കർശനമായ നിർദ്ദേശത്തിലാണ് മെമ്പർഷിപ്പ് ലഭിച്ചത്. ഞാൻ അങ്ങോട്ട് ചെന്ന് പ്രവർത്തിക്കുകയായിരുന്നു.

ഞാനറിയാതെ പതുക്കെ പതുക്കെ മുഴുവൻ സമയ രാഷ്ട്രീയ പ്രവർത്തകനാവുകയായിരുന്നു. പ്രവർത്തനവും യോഗവും കഴിഞ്ഞ് രാത്രി വൈകി വീട്ടിലെത്തുമ്പോൾ വീട്ടുകാരുടെ എതിർപ്പുകൾ ശക്തമായി കൊണ്ടേയിരുന്നു. ചില ദിവസങ്ങളിൽ വാതിലുകൾ തുറക്കാൻ പോലും കൂട്ടാക്കിയിരുന്നില്ല. ജീവിത കഷ്ടപ്പാടുകൾക്ക് തുണയാകുമെന്നു കരുതിയ മകൻ രാവിലെ എഴുന്നേറ്റാൽ പാർട്ടി ഓഫീസിലേയ്ക്കാണു യാത്ര. അതാലോചിക്കുമ്പോൾ ഇപ്പോൾ ഭയങ്കര സങ്കടമാണ്. മാതാപിതാക്കളുടെ അപ്പോഴത്തെ മാനസികാവസ്ഥയും ദാരിദ്ര്യവും തിരിച്ചറിഞ്ഞ് ആശ്വസിപ്പിക്കാനിയല്ലല്ലോ. ഒരർത്ഥത്തിൽ ജീവിതവും പാർട്ടി പ്രവർത്തനവും ഒന്നിച്ചു കൊണ്ടു പോകാമായിരുന്നു. ഇപ്പോഴുള്ളതു പോലെ ജോലിയും കഴിഞ്ഞ് കുടുംബം സുരക്ഷിതമായതിനു ശേഷം പാർട്ടി പ്രവർത്തനം ഒന്നും ആലോചിച്ചില്ല. ഉപദേശങ്ങൾക്കൊരിക്കലും കാത് കൊടുത്തിരുന്നില്ല.

പുവർഫണ്ട്

ഒരിക്കൽ പോലും തിരിഞ്ഞു നോക്കാതെ സ്വന്തം ഭാവിയെക്കുറിച്ചാലോചിക്കാതെ നാല്പത്തൊന്ന വർഷം ഓട്ടമായിരുന്നു. സമ്മത പത്രവും സാക്ഷ്യപ്പെടുത്തലുമില്ലാത്ത യാത്ര. ഈ യാത്രയിൽ കുറച്ചു കമ്മ്യൂണിസ്റ്റുകാരെ കാണാൻ കഴിഞ്ഞുവെന്ന സംതൃപ്തി മാത്രം. പ്രത്യയശാസ്ത്രവും സംഘടനയുമെല്ലാം മഹത്തരമാണ്. നിക്ഷിപ്ത താൽപര്യത്തിന് വേണ്ടി വഷളാക്കുന്നവരാണ് ഭൂരിഭാഗവും. സമൂഹത്തിന്റെ രാക്ഷസീയമായ മൗനമാണ് അവർക്ക് ധൈര്യം പകരുന്നത്.

രാവിലെ ചേർത്തല പാർട്ടി ഓഫീസിലെത്തുന്ന എല്ലാവർക്കും സൗജന്യ പ്രഭാതഭക്ഷണമുണ്ടായിരുന്നു. പാർട്ടി നിയന്ത്രണത്തിലുള്ള കോസ്റ്റൽ കോ ഓപ്പറേറ്റീവ് ട്രാൻസ്പോർട്ട് എന്ന സ്ഥാപനത്തിന്റെ കീഴിൽ ഒട്ടേറെ യാത്രാബസ്സുകളും ജീവനക്കാരുമുണ്ടായിരുന്നു. അതിന്റെയെല്ലാം ഇൻഷ്വറൻസ് ഏജന്റായ ഷേണായിക്ക് നൽകുകയായിരുന്നു. അദ്ദേഹത്തെ സഹായിച്ചതിനാലാണ് എല്ലാ ദിവസവും രാവിലെ ഓഫീസിൽ കൃത്യമായെത്തി അപ്പോൾ അവിടെയുള്ള മുഴുവൻ പേർക്കും സ്വന്തം ചിലവിൽ ആവശ്യമായ പ്രഭാത ഭക്ഷണം നൽകുന്നത്. ഞാനൊരുപാട് തവണ കഴിച്ചിട്ടുണ്ട്. ഞങ്ങളതിനെ പുവർഫണ്ട് എന്ന് പേരിട്ടു. ഞാനിന്ന് പുവർഫണ്ട് കഴിച്ചു എന്നാൽ രാവിലെ പാർട്ടി ഓഫീസിലെത്തിയെന്നർത്ഥം.

എത്രകാലം തുടർന്നുവെന്നറിയില്ല. എന്റെ പ്രവർത്തന മേഖല ചേർത്തലയിൽ നിന്നും മാറിയതിന് ശേഷം എന്താ പുവർഫണ്ട് നിർത്തിക്കളഞ്ഞത് എന്നു ചോദിച്ചപ്പോൾ അദ്ദേഹം പറഞ്ഞത് ഞാൻ ഇപ്പോഴും നിർത്തിയിട്ടില്ല. കാലം മാറിയില്ലേ ആരാണ് രാവിലെ ഓഫീസിൽ വരുന്നത്. പ്രഭാത ഭക്ഷണത്തിനു വേണ്ടി ആരും നിൽക്കാറില്ല. പുലർകാലത്ത് കോഴിയുണരുന്നത് മനുഷ്യരെ വിളിച്ചുണർത്താനല്ല സ്വന്തം കാര്യം നോക്കാനാണ്. അങ്ങിനെയൊരു രാജ്യത്ത് ഇങ്ങനെയും ഒരാൾ ആശ്ചര്യപ്പെടുത്തുന്നുണ്ട്.

കുട്ടങ്കൻ എന്ന അപരനാമം

ഇപ്പോഴത്തെ നങ്ങേലിക്കവല അന്ന് മനോരമക്കവലയായിരുന്നു. ഒട്ടേറെപ്പേരുടെ ശക്തമായ നീണ്ടു നിന്ന എതിർപ്പുകൾക്കിടയിലാണ് പ്രശ്നങ്ങൾ പരിഹരിച്ച് കൊണ്ട് പി. തിലോത്തമൻ എം.എൽ.എ. യായിരുന്നപ്പോൾ കവല നല്ല നിലയിൽ വികസിപ്പിച്ചത്. അതിന് മുൻപ് അവിടെ രണ്ടു മുറിയുള്ള വാടകക്കെട്ടിടത്തിലാണ് ചേർത്തല പാർട്ടി ഓഫീസ് പ്രവർത്തിച്ചിരുന്നത്. മുൻവശത്തെ മുറിയിലുള്ള ബഞ്ചിൽ മിക്കവാറും ദിവസങ്ങളിൽ പ്രായം ചെന്ന ഒരാൾ വന്നു കിടക്കുമായിരുന്നു. ചിലപ്പോൾ കാലിന്മേൽ കാൽ കയറ്റി ഗാഢമായ ചിന്തയിലായിരിക്കും. എന്തായിരിക്കും രാജ്യം പിടിക്കാനുള്ള ചിന്തയാണോ...? ആവോ...? വെറ്റില മുറുക്കാന്റെയും കള്ളിന്റെയും ഇടകലർന്ന മണം. ഇത് രണ്ടും എനിക്കലോസരമായിരുന്നു. തെങ്ങിൻ കള്ളിന്റെ രുചിയറിയാത്ത എന്ത് ചേർത്തലക്കാരൻ.

മുറിയുടെ മൂലയ്ക്കുള്ള ഊരുപെട്ടിയിൽ നിന്നും ചിലപ്പോൾ എന്തെക്കെയോ രേഖകൾ എടുത്തു കൊണ്ടുപോകുന്നതു കാണാം. ഞാൻ ആ ഓഫീസിലെ അന്തേവാസിയായിരുന്നു. എന്നോടൊന്നല്ല ആരോടും സംസാരിക്കാൻ താൽപര്യം പ്രകടിപ്പിക്കാത്ത സ്വഭാവം കൂടിയായപ്പോൾ അദ്ദേഹത്തെ ശ്രദ്ധിക്കാൻ പോയില്ല.

ഒരിക്കൽ ഓഫീസിലേയ്ക്ക് സി.കെ. ചന്ദ്രപ്പൻ എന്ന വയലാർ സ്റ്റാലിന്റെ മകൻ വന്നു കയറിയപ്പോൾ എല്ലാവരും ബഹുമാനത്തോടെ എഴുന്നേറ്റു നിന്നു. കുശലം പറഞ്ഞദ്ദേഹം സെക്രട്ടറിയുടെ മുറിയിലേയ്ക്കു പോയി. ഇത്തിരി കഴിഞ്ഞപ്പോൾ ഈ മനുഷ്യൻ അങ്ങോട്ടു കയറിച്ചെന്നു. പിന്നെ ഗംഭീര രാഷ്ട്രീയ ചർച്ചയും തർക്കവുമായിരുന്നു. കർട്ടനിടയിലൂടെ നോക്കുമ്പോൾ ചന്ദ്രപ്പൻ ചേട്ടൻ വളരെ ബഹുമാനത്തോടെയാണ് സംസാരിക്കുന്നത്. ഞാനറിയാതെ ആളെ തിരിച്ചറിയുകയായിരുന്നു. അല്ലെങ്കിലും ആര് എന്ത് പറഞ്ഞാലും ക്ഷമയോടെ കേൾക്കുക എന്നത് ചന്ദ്രപ്പൻ ചേട്ടന്റെ സ്വഭാവ വിശേഷമായിരുന്നു. ഇന്നത്തെ മിക്കവാറും രാഷ്ട്രീയ നേതാക്കന്മാർക്കില്ലാത്ത ഗുണം.

താമ്രപത്രം ലഭിച്ച സ്വാതന്ത്ര്യ സമര സേനാനി. ക്കുട്ടുങ്കൻ ആയിരുന്നു അദ്ദേഹം. ശരിക്കുള്ള പരമേശ്വരൻ എന്ന പേര് ആർക്കും അറിയില്ല. ഊരുപെട്ടിയിൽ നിന്നും സ്വാതന്ത്ര്യ സമരസേനാനിയുടെ രേഖകൾ പെൻഷൻ വാങ്ങാൻ വേണ്ടിയാണ് ഇടയ്ക്ക് കൊണ്ടു പോകുന്നത്. നല്ല രാഷ്ട്രീയക്കാരെ അന്നും ഇന്നും എനിക്ക് ബഹുമാനമാണ്. മനസ്സുകൊണ്ട് അറിയാതെ കാൽതൊട്ടു വന്ദിക്കാറുണ്ട്. ഇനിയുള്ള കാലത്ത് അതിന്റെയാവശ്യം വരുമെന്ന് തോന്നുന്നില്ല. പിന്നീട് ഓഫീസിൽ ചെല്ലുമ്പോൾ അദ്ദേഹത്തെ വന്ദിച്ചിട്ടാണ് കയറുന്നത്. അങ്ങനെ നല്ല സൗഹൃദമായി. ഞാനുമായി പിന്നെ രാഷ്ട്രീയ ചർച്ച തുടങ്ങി. അതൊരംഗീകാരമായി ഞാൻ കരുതി.

ക്കുട്ടുങ്കൻ വയലാർ രാമവർമ്മയുടെ ഏറ്റവും അടുത്ത സുഹൃത്തായിരുന്നു. ഒരു കവിതയിങ്ങനെയെഴുതി . ക്കുട്ടുങ്കൽ ഭവനത്തിൽ വസിക്കും ഏഭ്യൻ/ക്കുട്ടുങ്കൻ എന്ന അപരനാമത്തിൽ വിഭ്രൂഷണൻ/ കള്ളും കുടിച്ച് തെറിയും പറഞ്ഞ്/ തല്ലിന്നിടം പാർത്തു നടന്നീടുന്നു.

അവിടുന്ന് പോയതിനു ശേഷം പിന്നെ ക്കുട്ടുങ്കനെക്കുറിച്ച് ഒന്നും അറിഞ്ഞില്ല. തിരക്കാൻ കഴിഞ്ഞതുമില്ല. വാട്സാപ്പ് ഇല്ലാതിരുന്നത് കൊണ്ട് മരണം പോലും ആരും അറിയിച്ചില്ല. എന്നെപ്പോലെ ഒരാളെ അറിയിക്കേണ്ട കാര്യവുമില്ലായിരിക്കും. മഹാത്മാഗാന്ധിജിയും കാറൽമാക്സും ചെറിയവനെയാണ് വലിയവനായി കണ്ടത്.

കാര്യക്കാരൻ

കിളികളെ അസന്തുഷ്ടിയോടെ ഒരിക്കലും കാണാറില്ല. കാരണം അവർ മറ്റു കിളികളെ ശ്രദ്ധിക്കാറില്ല. മറ്റുള്ള കിളികളുടെ ശ്രദ്ധയും ആകർഷിക്കാറില്ല. ഏതാണ്ടിതുപോലെയാണ് പാർട്ടി ഓഫീസിലെ ചുമതലക്കാരായിട്ടുള്ളവർ. ചെറിയ അലവൻസാണ് അവർക്ക് നൽകുന്നത്. അവർ ചെയ്യുന്ന ജോലി ഒരിക്കലും തിട്ടപ്പെടുത്താൻ കഴിയാത്തവിധം ഭാരിച്ചതുമാണ്. അവരുടെ ജീവിതം ബുദ്ധിമുട്ടുള്ളതാണ്. ഇതിനെ ആശങ്കയോടെ നോക്കിക്കാണുകയും രേഖപ്പെടുത്തുകയും ചെയ്തിട്ടുള്ളത് അച്യുതമേനോനാണ്. ഏതോ ഒരു ബാധ്യത പോലെ ഇവരെല്ലാം പാർട്ടി ഓഫീസിൽ കുടുങ്ങിക്കിടക്കുകയാണ്.

മറക്കാനാവാത്ത ചിലരുണ്ട് ആർ. പ്രകാശൻ ചേർത്തല മനോരമക്കവലയിലെ ഓഫീസ് സെക്രട്ടറിയായി ദീർഘകാലമുണ്ടായിരുന്നു. എല്ലാ കാര്യങ്ങളും നോക്കിയിരുന്നത് ഓഫീസ് സെക്രട്ടറിയായിരുന്നു. പിന്നീട് മുൻസിപ്പൽ കൗൺസിലറായും അതിനു ശേഷം കള്ളുഷാപ്പ് ഏറ്റെടുത്തു നടത്തിയും ജീവിക്കുന്നു. മാരാരിക്കുളത്തെ ഓഫീസ് സെക്രട്ടറിയായ എം.ഡി. മുരളി തിരക്കിട്ട ജോലികൾക്കിടയിലും പരീക്ഷയ്ക്ക് തയ്യാറെടുത്ത് പി.എസ്.സി. പരീക്ഷയെഴുതി കെ.എസ്.ഇ.ബി. ജീവനക്കാരനായി. കഞ്ഞിക്കുഴി കയർ യൂണിയൻ ഓഫീസിലെ ചുമതലക്കാരനായ റ്റി. കെ. പ്രതീഷ് റവന്യൂ വകുപ്പിൽ പി എസ് സി വഴി ജോലി നേടി. ഇങ്ങനെ നല്ല നിലയിൽ സ്വന്തം പ്രയത്നത്തിന്റെ ഫലമായി എത്തിയവരുണ്ട്. ഡി സി ഓഫീസിലെ ഉണ്ണിച്ചേട്ടനും അമ്പലപ്പുഴയിലെ ശമ്പിച്ചേട്ടനും ഒട്ടേറെ സ്നേഹം പകർന്നു നൽകിയവരാണ്. ഇത്തരമൊരു നിസ്വാർത്ഥ വിഭാഗം ഇനി പുതിയ തലമുറയിൽ നിന്നുണ്ടാകുമെന്ന് തോന്നുന്നില്ല. അല്ലെങ്കിൽ അതിന്റെ ഒരാവശ്യവുമില്ല. സംവിധാനങ്ങളാകെ മാറി. മൊബൈൽഫോണും കൂടി വന്നതോടെ ഓഫീസുകളിൽ ഒട്ടും തിരക്കില്ലാതായി.

അവധൂതൻ

ചേർത്തല പാർട്ടി ഓഫീസിൽ പി.കെ.പി. എന്നു വിളിക്കുന്ന പ്രായമുള്ള ഒരാൾ എല്ലാ ദിവസവും എത്തിച്ചേരും. തീരുമാനപ്രകാരമല്ല സ്വന്തം ഇഷ്ടപ്രകാരമാണ് വരുന്നത്. ഓഫീസ് ചെലവിലോ, മറ്റുള്ളവരുടെ ചെലവിലോ, ഭക്ഷണവും മറ്റുകാര്യങ്ങളും. ചിലർ സാമ്പത്തികമായും സഹായിക്കും. കയ്യിലെപ്പോഴും മൂക്കിപ്പൊടി കാണും. കൊച്ചുകൊച്ചു ആവശ്യങ്ങളും ചെറിയ ജീവിതവും. ഓഫീസിലെ ദൈനംദിന പ്രവർത്തനങ്ങളെ സഹായിക്കുകയെന്നതാണ് പി.കെ. പുരുഷന്റെ ജോലി. ബന്ധുക്കളെല്ലാം ഉണ്ടെങ്കിലും അവിവാഹിതനാണ്. ഓഫീസിൽ എല്ലാവിധ സ്വാതന്ത്ര്യവും ആധികാരികതയോടെയുള്ള പെരുമാറ്റവും.

ഒട്ടേറെക്കാലം പാർട്ടി സെക്രട്ടറിയായിരുന്നത് പുരുഷോത്തമനാണ്. പ്രാഥമിക വിദ്യാഭ്യാസമുള്ള തടിപ്പണി ചെയ്ത് ജീവിതം നയിച്ചിരുന്ന ഒരാൾ പടിപടിയായി കഠിനാദ്ധ്വാനം കൊണ്ട് നല്ല എഴുത്തുകാരനായി നല്ല വാഗ്മിയായി പാർട്ടിയുടെ ഏറ്റവും ഉന്നതപദവിയിൽ ഒരു ഗോഡ്ഫാദറുമില്ലാതെ എത്തിച്ചേരുകയെന്നത് ചെറിയ കാര്യമല്ല. എന്റെ വിമർശനത്തിന് ഇദ്ദേഹവും കക്ഷിയായിരുന്നു.

ഒരിക്കൽ തിരുവനന്തപുരത്തു നിന്നും പി.കെ.വി. താണെന്നു തോന്നുന്നു പാർട്ടി ഓഫീസിലെ ലാൻഡ് ഫോണിലേയ്ക്ക് വിളിച്ചു. പി.കെ. പുരുഷനാണ് ഫോണെടുത്തത് പുരുഷനുണ്ടോ ? ചോദ്യം, ഉത്തരം ങാ.. പുരുഷനാണ്. പാർട്ടി സെക്രട്ടറിയെ അന്വേഷിച്ചാണ് ഫോൺ വിളിച്ചത്. ഓഫീസു സഹായി പുരുഷൻ ഗൗരവം വിടാതെയുള്ള സംസാരം. പറഞ്ഞു കേട്ടതും പ്രചരിക്കുന്നതുമായ കഥയാണോ കാര്യമാണോയെന്നറിയില്ല. എന്തായാലും പി.കെ.പി.യോടെല്ലാവർക്കും സ്നേഹമായിരുന്നു.

ഏറെ നാളുകൾക്കു ശേഷമാണറിയാൻ കഴിഞ്ഞത് തലയോലപ്പറമ്പിലുള്ള ഏതോ സ്വകാര്യ അനാഥാലയത്തിൽ ബന്ധുക്കൾ അദ്ദേഹത്തിന്റെ അനുവാദത്തോടെ കൊണ്ടു ചെന്നാക്കിയെന്നാണ്. അല്ലാ

തെന്തു വഴി. അദ്ദേഹം അവിടെ സന്തോഷവാനായിരുന്നു. പക്ഷേ എവിടെയോ ഒരു നൊമ്പരത്തിന്റെ അടക്കിപ്പിടിച്ച തേങ്ങലിന്റെ ശബ്ദം കേൾക്കുന്നുണ്ടോ... തോന്നലായിരിക്കാം... പുഴക്കരയിൽ നിൽക്കുന്ന മരം എപ്പോഴായാലും നാശത്തിൽപ്പെടും.

എല്ലാ പ്രസ്ഥാനങ്ങളിലും ഇങ്ങനെ എല്ലാമായിരുന്നവർ അറിഞ്ഞു കൊണ്ട് ജീവിതം സംഭവനയായി സമർപ്പിച്ചവർ. അവസാനം ഒന്നുമല്ലാതായി തീരുന്ന ജീവിക്കുന്ന രക്തസാക്ഷികൾ, പ്രസ്ഥാനങ്ങളിൽ തലമുറ മാറുന്നു. അന്നന്നു കാണുന്നവരെ വാഴ്ത്തുന്ന വൃത്തികെട്ട രീതിയല്ല. ചരിത്രം ആരംഭിക്കുന്നത് നമ്മളിൽ നിന്നല്ല. അതിന് മുൻപ് ചരിത്രമുണ്ടായിരുന്നു. അത് ത്യാഗത്തിന്റെയും പോരാട്ടത്തിന്റെയും വില മതിക്കാത്ത ഏടുകളാണ്. പാർട്ടി നിയമങ്ങളും പാർലമെന്ററി നിയമങ്ങളും ഒന്നായിക്കാണുന്ന പട്ടുഞൊറിയിട്ട കോമരങ്ങൾക്ക് ചരിത്രം കേൾക്കുന്നതു തന്നെഅരോചകമാണ്.

ആലപ്പുഴ ജില്ലാ കൗൺസിൽ ഓഫീസിൽ ഏതാണ്ട് പത്ത് വർഷക്കാലം ഏതെങ്കിലും ഒരു സമയത്ത് ഞാനുണ്ടാകുമായിരുന്നു. അതു വഴി ഇന്നും പുലർത്തുന്ന എത്രയോ സൗഹൃദങ്ങൾ അതാണ് ആകെയുള്ള ജീവിത സമ്പാദ്യം. കമ്മ്യൂണിസ്റ്റുകാരെന്നു പറയാൻ കഴിയുന്ന ജില്ലാ സെക്രട്ടറിമാരായ വി. കെ. വിശ്വനാഥനും, റ്റി. വി. നടേശനും ഓർമ്മകളിലെ പാതിരാസൂര്യന്മാരായിരുന്നു.

ഓഫീസ് സെക്രട്ടറിയായിരുന്ന ജി. വാസുദേവൻ, ജി.വി. എന്ന ചുരുക്കപ്പേരിട്ടു ഞങ്ങൾ വിളിച്ചു. ഞങ്ങൾ ഒന്നിനെയും അംഗീകരിക്കാത്ത നിഷേധികളായിരുന്നു. വിമർശനമായിരുന്നു പ്രധാന ജോലി. വാസുദേവൻ ചേട്ടൻ ഒരു ജന്മം മുഴുവൻ ഓഫീസിലായിരുന്നു. പഴയകാല നേതാക്കളുടെ കൊടിയ ദാരിദ്ര്യം നേരിട്ടനുഭവിച്ച അവരുടെയെല്ലാം മക്കൾ സ്വന്തം പ്രയത്നത്തിലാണ് കഷ്ടപ്പെട്ട് ജീവിതത്തിൽ രക്ഷപ്പെട്ടത്. അനുകൂലമായ സാഹചര്യത്തിലല്ല പ്രതികൂലമായ സാഹചര്യത്തിലാണ് പ്രത്യയശാസ്ത്രങ്ങൾ ശക്തമായി അവതരിപ്പിക്കേണ്ടത്.

ബ്ലോക്ക് പഞ്ചായത്ത്

പഞ്ചായത്ത് രാജ് ഭരണ സംവിധാനത്തിന്റെ ഭാഗമായ ബ്ലോക്ക് പഞ്ചായത്ത് രണ്ടാമത്തെ തലമാണ്. ആദ്യം സർക്കാർ നേരിട്ട് നിയമിക്കുന്ന ബ്ലോക്ക് ഡവലപ്മെന്റ് കമ്മറ്റിയായിരുന്നു. ഗ്രാമപഞ്ചായത്തുകളുമായി താരതമ്യപ്പെടുത്തുമ്പോൾ ബ്ലോക്ക് പഞ്ചായത്തുകൾക്ക് ചുമതലുകൾ തീരെ കുറവാണ്. അനിവാര്യ ചുമതലകളും നികുതി പിരിവും ഒന്നുമില്ല. കേന്ദ്രപദ്ധതികളുടെ നിർവ്വഹണം നടത്താനുള്ള ഗ്രാമപഞ്ചായത്തും ജില്ലാ പഞ്ചായത്തും തമ്മിലുള്ള ഏകോപന സമിതി. ബ്ലോക്ക് പഞ്ചായത്തിനെ ഓരോ ഡിവിഷനുകളായി തിരിച്ചിരിക്കുന്നു. ഇത്ര ഗ്രാമപഞ്ചായത്തു വാർഡുകൾ ചേരുന്നതാണ് ഡിവിഷൻ

1995 സെപ്തംബർ 25ന് ബ്ലോക്ക് പഞ്ചായത്ത് കമ്മറ്റി രൂപീകരിക്കുമ്പോൾ കഞ്ഞിക്കുഴി ബ്ലോക്കിലെ മാരാരിക്കുളം ഡിവിഷനിൽ നിന്നും ഇടതുപക്ഷ സ്ഥാനാർത്ഥിയായി ഞാനും മത്സരിച്ചു. ഈ ഡിവിഷനിൽപെട്ട ഗ്രാമപഞ്ചായത്ത് വാർഡിലേക്ക് മത്സരിച്ച രണ്ടുപേർ ഇപ്പോൾ ജീവിച്ചിരിപ്പില്ല. ഞാനുൾപ്പെടെ പലരും പരാജയപ്പെട്ടു. വി.എം. ലാരി, ആന്റണി സ്റ്റീഫൻ, ഉമയമ്മ സുന്ദരേശൻ, പി.വി. ബോസ് എന്നിവരായിരുന്നു.

പ്രതീക്ഷിക്കാത്ത സ്ഥലത്തു നിന്നും നല്ല നിലയിൽ വോട്ടു കിട്ടി പ്രായം ചെന്നവർക്കിടയിൽ 1957 ലെ നിയമസഭയിലേക്കു മത്സരിച്ച നമ്മുടെ ചിഹ്നം എന്ന പരിഗണന ഉണ്ടായിരുന്നു. ഞാൻ വിജയിക്കും എന്ന പ്രതീക്ഷയിലായിരുന്നു എല്ലാവരും.

ഒരു വാർഡിലെ പ്രദേശിക വിഷയം മൂലം വാർഡു സ്ഥാനാർത്ഥിയ്ക്കും എനിക്കും ലഭിക്കേണ്ട ഉറപ്പുള്ളതെന്നു കരുതിയ വോട്ടുകൾ അട്ടിമറിക്കപ്പെട്ടു. എന്നോടൊപ്പം പ്രവർത്തിച്ച രണ്ടു പേർ എനിക്ക് ഉറപ്പു തന്നു. വാർഡു സ്ഥാനാർത്ഥിക്ക് പ്രശ്നമുണ്ടായാലും ഹർഷകുമാറിന് ഒരു കുഴപ്പവും വരില്ല. അവർ വാർഡു സ്ഥാനാർത്ഥിയ്ക്കെതിരായിരുന്നു. അവരുടെ ഉറപ്പ് കുറപ്പിന്റെ ഉറപ്പായിരുന്നു. ജയിക്കാനുള്ള ഒരു ഇട

പെടലും അവർ നടത്തിയില്ലയെന്നു മാത്രമല്ല എനിക്കെതിരെയുള്ള ക്യാമ്പയിനെ തടയാനും ശ്രദ്ധിച്ചില്ല. മനഃപ്പൂർവ്വമായിരുന്നില്ല. മുൻകൂട്ടി അറിഞ്ഞിരുന്നുവെങ്കിൽ സ്വന്തം നിലയിൽ പരിഹരിക്കാൻ കഴിയുമായിരുന്നു. അതിനുള്ള അവസരം കിട്ടിയില്ല. ഒരു കാലവും ഒരുപാട് കാലത്തേയ്ക്കുള്ളതല്ല. ഒരിക്കലും ആവശ്യത്തിൽ കൂടുതൽ സത്യസന്ധരാവരുത്. വളവില്ലാത്ത മരമാണ് ആദ്യം മുറിക്കുന്നത്.

പഴയ കല്യാണ വീട്

കെട്ടിപ്പുലർച്ച

എല്ലാവരെയും പോലെ അങ്ങോട്ട് വിവാഹം കഴിക്കണമെന്ന് ഞാൻ ആഗ്രഹിച്ചവരും ഇങ്ങോട്ട് ആവശ്യപ്പെട്ടവരുമുണ്ടായിരുന്നു. 22.08.1999 ൽ 34-ാം വയസ്സിലായിരുന്നു വിവാഹം. വിദ്യാഭ്യാസമുള്ള ഒരാളായിരിക്കണമെന്നു മാത്രമേ ആഗ്രഹമുണ്ടായിരുന്നുള്ളൂ. ഒരിക്കലും ഒരു വിവാഹമോ വിവാഹനന്തരജീവിതമോ സ്വപ്നേപി വിചാരിത്തിലില്ലാത്തതാണ്. അതൊരു അവിശ്വസനീയമായ ജീവിതമാണ് എല്ലാം ഞാനറിയാതെ കൈവന്നു ചേർന്നതാണ്.

സ്വാഭാവികമായും ഒരു ജോലിയും കൂലിയുമില്ലാതെ രാഷ്ട്രീയം കളിച്ചു നടക്കുന്നവനെ ആരാണ് ഗൗരവത്തിലെടുക്കുന്നത്. ഞാൻ പോലും അക്കാര്യം അത്ര ഗൗരവത്തിലെടുത്തില്ല. യാഥാർത്ഥ്യവുമായി പൊരുത്തപ്പെടാത്ത തടസ്സങ്ങളുണ്ടായിരുന്നു. അടുത്തുള്ള വിവാഹ ദല്ലാളിനോട് ആരോ പറഞ്ഞപ്പോൾ അത് നഷ്ടക്കേസാണെന്ന് പറഞ്ഞ് ഒഴിഞ്ഞുമാറി.

വിവാഹം മുടക്കാൻ ശ്രമം. പെണ്ണിനെയും വീട്ടുകാരെയും കുറിച്ച് നമുക്ക് ചേരുന്ന ബന്ധമല്ല അങ്ങനെ പലതും ഇങ്ങോട്ടുമുണ്ടായിരുന്നു. അവരുടെയും ഞങ്ങളുടെയും ബന്ധത്തിലുള്ള ഒരു സ്ത്രീ പറഞ്ഞു കല്ല്യാണം കഴിഞ്ഞാൽ നരകതുല്യമായിരിക്കും ജീവിതം. ഒരു വരുമാനവുമില്ലാതെ എങ്ങനെ ജീവിക്കും. ഒഴിയുന്നതാണ് നല്ലത്. ആലോചിച്ച് ഉറപ്പിച്ചതിനു ശേഷം ഒരു വർഷം കഴിഞ്ഞാണ് കല്ല്യാണം നടന്നത്.

കല്ല്യാണം കഴിഞ്ഞ് കുറേനാൾ കഴിഞ്ഞപ്പോൾ ആ പരദൂഷണ സ്ത്രീയുടെ ഭർത്താവ് എന്നെ കാണാൻ വന്നു. വിവാഹം കഴിഞ്ഞ അവരുടെ മകൾക്കും ഭർത്താവിനും ഒരു വരുമാനവുമില്ല. ജോലിയുമില്ല. ജോലിയുടെ കാര്യത്തിൽ ഏതെങ്കിലും തരത്തിൽ സഹായിക്കണം. മനപ്പൂർവ്വമല്ലെങ്കിലും സഹായിക്കാൻ കഴിഞ്ഞില്ല. സഹായിക്കാൻ കഴിയാത്തതിൽ ഇപ്പോഴും സങ്കടം.

അമ്പലപ്പുഴയിലെ ശശികുമാർ ഉൾപ്പെടെ മൂന്നാലുപേർ പറയുന്നത് ഞാനുൾപ്പെടെയുള്ളവർ നിന്നാണ് അവരുടെ കല്ല്യാണം നടത്തി

ക്കൊടുത്തതെന്ന്. അതൊന്നും ഓർത്തു വയ്ക്കുന്ന പ്രകൃതമായിരുന്നില്ല ഞങ്ങളുടെ തലമുറയിലെ ആരും തന്നെ.

ഇങ്ങനെ പല ഇഷ്ട ജീവിതങ്ങളുടെയും കൂട്ടിച്ചേർക്കലുകൾക്ക് വളരെ സജീവമായ സാന്നിദ്ധ്യം വഹിച്ചിട്ടുണ്ട്. ഇന്ന് അതൊന്നും ഒരു വിഷയമേയല്ല. പ്രണയിനികളെ ഒന്നിച്ച് ജീവിക്കാനുള്ള സാഹചര്യം ഒരുക്കുന്നതും പൊതു പ്രവർത്തനത്തിന്റെ ഭാഗമാണ്. ഒരിക്കൽ ഒരു പാതിരാത്രിയിൽ കഷ്ടപ്പെട്ട് ഉറക്കമിളച്ചിരുന്ന് ഒരു പെൺകുട്ടിയെ അവളുടെ കാമുകനുമായി ചേർന്ന് വീട്ടിൽ നിന്നുമിറക്കി കാറിൽ കയറ്റി കൊണ്ടു വന്നു. എന്നെ വീട്ടിൽ വിട്ടതിനു ശേഷമാണ് അവരുടെ വീട്ടിലേക്ക് പോയത്. പിറ്റേദിവസം നാട്ടിൽ കരക്കമ്പി. ഇന്നലെ രാത്രി ഒരു തട്ടിക്കൊണ്ടു പോകൽ സംഘം ഇവിടെയും കാറിൽ വന്നിരുന്നു. പിന്നെ അതിന്റെ വിശേഷണങ്ങൾ. വെളുത്ത കാറായിരുന്നു. തടിമാടൻമാരായ നാലഞ്ചു പേരുണ്ടായിരുന്നു. അവരുടെ കൈയ്യിൽ മാരകായുധങ്ങളുമുണ്ടായിരുന്നു. കഥകൾ തുടരുകയാണ്.

ആ പ്രണയിനികളെല്ലാം വളരെ സന്തോഷത്തോടെ കുട്ടികളും പേരക്കുട്ടികളുമായി ജീവിക്കുന്നത് കാണുമ്പോൾ പുറത്തു പ്രകടമാകാത്ത വല്ലാത്തൊരു സുഖമുണ്ട്. ആടിമാസം അവസാനിച്ച് ആവണി മാസമാകുമ്പോൾ തുയിലുണർത്ത് പാട്ട്.

എ.ഐ.വൈ.എഫ്.

1959 ഏപ്രിൽ 28 മുതൽ മെയ് 3 വരെ ഡൽഹിയിലെ കോൺസ്റ്റാൻഡിയ ഹാളിൽ വച്ചാണ് എ.ഐ.വൈ.എഫ്. രൂപീകരിക്കുന്നത്. ഡൽഹി മേയറായിരുന്ന അരുണാ ആസഫാലിയാണ് ഉദ്ഘാടനം ചെയ്തത്. ഒരു രാഷ്ട്രീയ പാർട്ടിയുടെയും ഭാഗമായിരിക്കില്ല എന്നാണ് തീരുമാനിച്ചത്. ഭരണഘടനയും അങ്ങനെ വിശാലമായ അർത്ഥത്തിലുള്ളതാണ്. ലോകജനാധിപത്യ യുവജനഫെഡറേഷനിൽ പ്രസീഡിയം അംഗമായിരുന്ന ഇന്ത്യയിലെ ഏക യുവജനപ്രസ്ഥാനം. ചലച്ചിത്രകാരൻ ബൽരാജ് സാഹ്നി പ്രസിഡന്റും ശാരദാമിത്ര ജനറൽ സെക്രട്ടറിയുമായിരുന്നു. ശാസ്ത്രീയ സോഷ്യലിസമാണ് ലക്ഷ്യം 1959 ജൂൺ 7ന് എറണാകുളത്ത് വച്ച് കേരളാ ഘടകം രൂപീകരിച്ചു. പി കെ വാസുദേവൻനായർ ആദ്യ പ്രസിഡന്റും വി എൻ അച്യുതക്കുറുപ്പ് ജനറൽ സെക്രട്ടറിയുമായിരുന്നു.

തൊഴിൽ അല്ലെങ്കിൽ ജയിൽ സമരത്തിലൂടെയാണ് എ.ഐ. വൈ.എഫ്. വ്യാപകമായി ശ്രദ്ധിക്കാൻ തുടങ്ങിയത്. 1980 ൽ ടിക്കറ്റെടുക്കാതെ ട്രയിനിൽ യാത്ര ചെയ്ത് ഡൽഹിയിലെത്തി പാർലമെന്റ് വളയുക എന്നതാണ് സമരം. ഒരുപാട് പേർ അറസ്റ്റിലായി ജയിൽവാസം അനുഭവിച്ചു. ട്രയിനിൽ കയറി വണ്ടി വിട്ടുകഴിയുമ്പോൾ പതാക പുറത്ത് വീശിക്കാണിക്കുകയായിരുന്നു. അപ്പോൾ തന്നെ അറസ്റ്റ് ചെയ്യുന്നതു കൊണ്ട് ആർക്കും ഡൽഹിയിലെത്താൻ കഴിഞ്ഞില്ല. പാർലമെന്റിനു സമീപത്തുള്ളവരാണ് പങ്കെടുത്തത്.

പിന്നീട് തുടർച്ചയായ സമരങ്ങൾ നടന്നു. 1981 നവംബറിൽ കേരളത്തിലെ 307 കേന്ദ്രങ്ങളിൽ നിന്നായി പദയാത്ര തിരുവനന്തപുരത്തെത്തി രാജ്ഭവനിലേക്ക് മാർച്ച് നടത്തി. 1986 ൽ സെക്രട്ടറിയേറ്റ് മാർച്ച്. ആലപ്പുഴയിൽ നിന്നും ചെറുസംഘങ്ങളായി കാൽനടയായിട്ടാണ് പോയത്. വസ്ത്രം മാത്രമാണ് കരുതിയത്. ബക്കറ്റ് കളക്ഷനിലൂടെ കിട്ടുന്ന പണം കൊണ്ട് മാത്രം ചിലവ് നടത്തണം. വഴിയോരങ്ങളിൽ നിന്നു കിട്ടുന്ന കപ്പ ഉൾപ്പെടെയുള്ള സാധനങ്ങൾ എവിടെയെങ്കിലും

അന്നു ഭാര്യയുടെ നാലുപവനോളം വരുന്ന സ്വർണ്ണ ഉരുപ്പടി വിറ്റാണ് കടം തീർത്തത്. എല്ലാവരും കൈ മലർത്തി. എന്റെ പിടുപ്പുകേടിന്റെ മറ്റൊരുദാഹരണം.

യുവജനയാത്രയും പോലീസ് മർദ്ദനവും

കേരളത്തിന്റെ സമഗ്രവികസനം ആവശ്യപ്പെട്ടു കൊണ്ട് എ.വൈ. എഫ് ന്റെ നേതൃത്വത്തിൽ 2000ൽ കാസർഗോഡുനിന്നും തിരുവനന്ത പുരത്തേയ്ക്ക് ഒരുമാസത്തെ സമയമെടുത്തു കൊണ്ട് കാൽനടജാഥ നട ത്തുകയുണ്ടായി. പിന്നീട് ഡപ്യൂട്ടി സ്പീക്കറായ ജോസ്ബേബി ക്യാപ്റ്റ നും ഇടുക്കിയിലെ വിപിനചന്ദ്രൻ വൈസ് ക്യാപ്റ്റനുമായിരുന്നു. തൃശ്ശൂ രിലെ കെ.ജി. ശിവാനന്ദനായിരുന്നു ഡയറക്ടർ. ആലപ്പുഴ ജില്ലയിൽ നിന്നും എസ്. സോളമൻ, പി.പി. ഗീത, ഡി. ഹർഷകുമാർ, എ. അജ യരാജ് എന്നിവർ കാസർഗോഡു നിന്നും തിരുവനന്തപുരം വരെ ഒരു ദിവസവും വിട്ടുനിൽക്കാതെ ജാഥയോടൊപ്പം നടന്നു. ജാഥയ്ക്ക് പുറ കിൽ സഞ്ചരിക്കുന്ന ബസ്സിൽ ക്ഷീണിതരായവർക്ക് വിശ്രമിക്കാനു ള്ള സൗകര്യം ഉണ്ടായിരുന്നു. പലരും അതുപയോഗിച്ചില്ല. നടക്കാ ൻ തന്നെ തീരുമാനിച്ച് വന്നവരാണെല്ലാവരും.

വൈകുന്നേരത്തെ സമ്മേളനം തുടങ്ങിക്കഴിഞ്ഞാൽ രാവിലെ പത്തു മണി വരെ ജാഥാംഗങ്ങൾ സ്വതന്ത്രരാണ്. ആ സമയത്ത് പ്ര ധാനപ്പെട്ട സ്ഥലങ്ങൾ സന്ദർശിക്കാൻ വേണ്ടിയാണ് ഉപയോഗിച്ച ത്. ജാഥയുടെ ചിലവിലേയ്ക്ക് രണ്ടു മൂന്നോ പേർ വീതമുള്ള സ്ക്വാഡ് മാറി മാറി പൊതുജനങ്ങളിൽ നിന്നും ബക്കറ്റുപയോഗിച്ച് ഫണ്ട് സംഭരിക്ക ണം. ജാഥയെക്കാൾ നാലിരട്ടി നടപ്പ്. പിന്നെ ഓട്ടവും. അന്ന് ഫണ്ട് സംഭരിക്കുവാൻ എന്നോടൊപ്പമുണ്ടായിരുന്ന സജീത് ഇപ്പോൾ ആർ. സി.സി. യിലെ പ്രധാനപ്പെട്ട ഡോക്ടറാണ്.

ജാഥ തിരുവനന്തപുരത്ത് സമാപിച്ചു. പിറ്റേദിവസം രാവിലെ സെ ക്രട്ടേറിയേറ്റിന് മുന്നിലേക്ക് മാർച്ചു നടന്നു. സംസ്ഥാനത്തിന്റെ വിവിധ ഭാഗങ്ങളിൽ നിന്നുമായി ഒട്ടേറെ പ്രവർത്തകർ എത്തിച്ചേർന്നു. പോ ലീസുകാരും സമരക്കാരുമായി സംഘർഷത്തിലായി. ബാരിക്കേഡുക ൾ തള്ളി മറിച്ചിട്ടു. സമരം അക്രമാസക്തമായപ്പോൾ പോലീസ് റെ

ഡ്ബാനർ ഉയർത്തിക്കാട്ടി പിരിഞ്ഞു പോയില്ലെങ്കിൽ ആക്ഷനുണ്ടാവുമെന്നതിന്റെ മുന്നറിയിപ്പ്. നേതാക്കളുടെ ശക്തമായ ഇടപെടലിനെ തുടർന്ന് രംഗം ശാന്തമാകുകയും എല്ലാവരെയും അറസ്റ്റ് ചെയ്ത് നന്ദാവനം പോലീസ് ക്യാമ്പിലേക്ക് മാറ്റുകയും ചെയ്തു.

ഒരു പോലീസ് വാൻ നിറയെ സമരക്കാരായ സ്ത്രീകളുമായി പോലീസ് ക്യാമ്പിലേക്ക് വരുമ്പോൾ ബസ്സിനുള്ളിൽ ഭയങ്കര ബഹളം. പിന്നീട് എം.എൽ.എ. ആയ ആർ. ലതാദേവി ഉൾപ്പെടെയുള്ള സ്ത്രീകളോട് പോലീസ് അപമര്യാദയായി പെരുമാറിയതിന്റെ പേരിലാണ് ബഹളം. ക്യാമ്പിനുള്ളിലുണ്ടായിരുന്ന സമരക്കാരെല്ലാം ഓടി അടുത്തു. തർക്കവും ബഹളവും വഴക്കും പിന്നെ മണിക്കൂറുകൾ നേരത്തേയ്ക്ക് ക്രൂരമായ മർദ്ദനമായിരുന്നു. ക്യാമ്പിലെ ട്രയിനി ആയിട്ടുള്ളവർ ലാത്തിയില്ലാത്തതിനാൽ വിറകു കഷ്ണം ഉപയോഗിച്ച് തലങ്ങനെയും വിലങ്ങനെയും മർദ്ദിക്കുകയായിരുന്നു.

ഞാനും പിന്നീട് മന്ത്രിയായ പി. തിലോത്തമനും എസ്. പ്രകാശനും, റ്റി. പ്രസാദും, എ. അജയരാജുമെല്ലാം ഒന്നിച്ച നിൽക്കുകയായിരുന്നു. ബഹളം കേട്ട് അജയരാജ് അങ്ങോട്ടേയ്ക്കോടിച്ചെന്നു. ആക്രമണം ഞങ്ങളോടായി ഓടി രക്ഷപ്പെടാൻ ഒരു വഴിയുമില്ല. ക്യാമ്പിലെ വഴികളെല്ലാം അടച്ചിരിക്കുകയാണ്. എവിടെയും പോലീസാണ്. വിറകുമുട്ടിക്കാണ് ഞങ്ങളെ തല്ലിയത്. അടികൊണ്ട് എല്ലാവരും ചിതറി. പ്രദേശത്തു നിന്നും വന്നവരും മർദ്ദനത്തിനിരകളായി.

ഒരു വിധത്തിൽ അടിയും കൊണ്ടോടി കുളിമുറികളുടെ മുകളിൽ കയറിപ്പറ്റി. അവിടെ നിന്ന് റോഡിലേയ്ക്ക് ചാടണം. കാണയുണ്ട്. ചാടി കാലുതെറ്റി കാണയിൽ വീണാൽ പണിതീർന്നതു തന്നെ. ഞാൻ എങ്ങിനെയോ ചാടി കാണക്കപ്പുറത്തുള്ള റോഡിൽത്തന്നെ വീണു. നൊമ്പരമറിയാത്ത പ്രായം. ദേഹമാസകലം ചോരയാണ്. ഉടുവസ്ത്രങ്ങളെല്ലാം ഉരിഞ്ഞുപോയിരുന്നു. ഉയിരിനേക്കാൾ വലുതല്ലല്ലോ ഉടുവസ്ത്രം. പേടിയൊന്നും തോന്നിയില്ല. എന്താണ് നടക്കുന്നതെന്ന് ഒന്നും അറിയാൻ കഴിയുന്നില്ല. കൂട്ടം തെറ്റി ഓടിയവർ പിന്നീട് പാർട്ടി ഓഫീസിലെത്തിച്ചേരുകയും ഇടയ്ക്കു വച്ച് തമ്മിൽ കാണുകയും ചെയ്തു. ഏതാണ്ട് വൈകുന്നേരത്തോടെയാണ് എല്ലാം ഒതുങ്ങിയത്.

പരിക്കേറ്റവർക്ക് അവിടെ ആയുർവ്വേദ ചികിത്സ ഏർപ്പെടുത്തിയിരുന്നു. ആശുപത്രിയിൽ കിടത്തി ചികിത്സിക്കേണ്ടി വന്നവർ ഏറെയുണ്ടായിരുന്നതു കൂടാതെയാണ് ആയുർവ്വേദ ചികിത്സ. ഞങ്ങൾ നാട്ടിൽ വന്നാണ് ചികിത്സിച്ചത്. പലതവണ ഞാനും മറ്റുള്ളവരും ആശുപത്രിയിൽ കിടക്കേണ്ടി വന്നിട്ടുണ്ട്. സമരത്തിൽ പങ്കെടുത്ത

ഒരാളും മർദ്ദനത്തിൽ നിന്നും രക്ഷപ്പെട്ടിട്ടില്ല. അവരിൽ ജീവിതത്തിന്റെ വിവിധ മേഖലകളിൽ ഉന്നതിയിലെത്തിയവരുണ്ട്. പോലീസ് ജോലി ലഭിച്ചവരുണ്ട്. ഒന്നും അല്ലാതായിത്തീർന്നവരുമുണ്ട്. ജീവിതത്തിന്റെ സമ്പാദ്യത്തിലൊരധ്യായം.

ഇലക്ട്രിസിറ്റി ചാർജ്ജ് വർദ്ധിപ്പിച്ചപ്പോൾ എസ്.എൽ.പുരം കെ.എസ്.ഇ.ബി. ഓഫീസിനു മുന്നിൽ നടന്ന സമരം ആക്രമാസക്തമാവുകയും കേസാവുകയും ശിക്ഷിക്കുകയും ചെയ്തു. റ്റി.ജെ.ആഞ്ചലോസ്, ജി.കൃഷ്ണപ്രസാദ്, ഡി. ഹർഷകുമാർ, സി. കെ. അശോകൻ, പി. കെ. ഹരിദാസ്, റ്റി. ഓമനക്കുട്ടൻ, പി.എസ്. സുനിൽകുമാർ ഉൾപ്പെടെയുള്ളവർക്ക് ഒരാഴ്ച്ചത്തെ ജയിൽവാസം. പൂവുകളും പച്ചക്കറികളും കൊണ്ട് സ്വർഗ്ഗം ചമയ്ക്കുന്ന കഞ്ഞിക്കുഴിയിലെ കർഷകൻ വി. പി. സുനിലിന് ജയിലിൽ വച്ച് ചെറിയ നെഞ്ചുവേദന അനുഭവപ്പെട്ടു. സർക്കാരിന്റെ ഉത്തരവാദിത്വത്തിൽ വിദഗ്ദ്ധ ചികിത്സയും മറ്റു കരുതലുമുണ്ടായി. അവിടെ വച്ചായതുകൊണ്ട് പെട്ടെന്ന് ചികിത്സകിട്ടിയതൊരനുഗ്രഹമായി. പാർട്ടി സംസ്ഥാന സെക്രട്ടറിയായിരുന്ന വെളിയം ഭാർഗ്ഗവന്റെ ആവേശകരമായ ആഹ്വാനപ്രകാരം സംസ്ഥാനത്തൊട്ടാകെ എല്ലാവരും തെരുവിലേയ്ക്കിറങ്ങുകയായിരുന്നു. സമരത്തിന്റെ ഫലമായി വർദ്ധിപ്പിച്ച കറന്റ് ചാർജ്ജ് പൂർണ്ണമായും പിൻവലിക്കുകയുണ്ടായി.

യുവകലാസാഹിതി

കെ പി എ സി യുടെ രജതജൂബിലിയാഘോഷങ്ങളോടനുബന്ധിച്ച് യുവകലാകാരന്മാരുടെയും യുവകലാകാരികളുടെയും യോഗം ചേർന്നു. 1975 മാർച്ച് 15ന് യുവകലാസാഹിതി എന്ന സംഘടന രൂപീകരിച്ചു. കേരളാടിസ്ഥാനത്തിൽ രൂപീകരിക്കപ്പെട്ട യുവകലാസാഹിതിയുടെ പ്രസിഡന്റായി പറക്കോട് എൻ ആർ കുറുപ്പിനെയും ജനറൽ സെക്രട്ടറിയായി സി ആർ രാമചന്ദ്രനെയും തിരഞ്ഞെടുത്തു. ഡോ. മോഹൻദാസിനെ (ഉത്തരരാമായണം സിനിമാ നിർമ്മാതാവ്) വൈസ്പ്രസിഡന്റായും എൻ സി മമ്മൂട്ടിയെ ജോയിന്റ് സെക്രട്ടറിയായും തിരഞ്ഞെടുത്തു. സംസ്ഥാന കമ്മറ്റിയിലേക്ക് സി മോഹനൻ, കൊട്ടറ ഗോപാലകൃഷ്ണൻ, എം നസീർ, കെ. രംഗനാഥ്, ഹനീഫ, ചന്ദ്രദാസൻ, ചെല്ലപ്പൻ, വാസുദേവൻ നമ്പൂതിരിപ്പാട്, രാംദാസ്, വി കെ ജയപ്രകാശ്, പുരുഷോത്തമൻ, മുസാഫർ എന്നിവരെ തെരഞ്ഞെടുത്തു. കണിയാപുരം രാമചന്ദ്രന്റെ അദ്ധ്യക്ഷതയിൽ ചേർന്ന യോഗത്തിൽ തോപ്പിൽ ഗോപാലകൃഷ്ണൻ സംസാരിച്ചു. കലയ്ക്കും സാഹിത്യത്തിനും എന്നും യൗവ്വനം എന്ന അർത്ഥത്തിലാണ് കണിയാപുരം പേര് നൽകിയത്. അല്ലാതെ ഇത് യുവാക്കളുടെ മാത്രം സംഘടനയല്ല.

ദീർഘകാലം യുവകലാസാഹിതിയുടെ ജില്ലാ പ്രസിഡന്റായി പ്രവർത്തിച്ചു. അഡ്വ.അബ്ദുൾ സമദ് എന്ന ശരിക്കും പൊതുപ്രവർത്തകനായിരുന്നു ജില്ലയിൽ കൂടുതൽ കാലം നയിച്ചത്. നിസ്വാർത്ഥതയോടെ സമസ്തമേഖലകളിലെയും ആശ്വാസം പകരുന്ന പ്രവർത്തനം കൈമുതലായിരുന്നു. അംഗീകരിക്കേണ്ട പ്രസ്ഥാനം അംഗീകരിക്കാൻ തയ്യാറായില്ല. പല്ലന കുമാരകോടിയിൽ വച്ച നടന്ന സിനിമാക്യാമ്പ് ഏറെ പ്രശംസിക്കപ്പെട്ട പരിപാടിയായിരുന്നു. പ്രശസ്തരായ പലരും ആ ക്യാമ്പിൽ പങ്കെടുത്തിരുന്നു. പി എസ് ഹരിദാസും, ജയൻ. സി. ദാസും ഞാനുമെല്ലാം പ്രധാന സംഘാടകരായിരുന്നു.

2023 ജൂണിൽ കോഴിക്കോട്ട വച്ച ചേർന്ന യുവകലാസാഹിതിയുടെ സംസ്ഥാന കമ്മറ്റിയിൽ പങ്കെടുക്കുമ്പോൾ പ്രായം ചെന്ന ഒരു സ്ത്രീ

അവിടെയുണ്ടായിരുന്നു. എല്ലാവരും അവരോട് ആദരവോടെ കുശലം പറയുന്നു. പൊതുവെ അന്തർമുഖനും അഹങ്കാരിയുമായ ഞാൻ അതൊട്ടു കാര്യമായി എടുത്തില്ല. ട്രയിനിൽ തിരികെ പോരുമ്പോൾ പാലാ നാരായണൻ നായരുടെ സന്തത സഹചാരിയും എന്റെ സുഹൃത്തുമായ സാംജി ടി. വി. പുരത്തിന്റെ ഫെയ്സ്ബുക്ക് പോസ്റ്റിലൂടെയാണ് അത് കെ. അജിതയാണെന്ന് മനസ്സിലായത്. എന്റെ മനസ്സിൽ പതിഞ്ഞൊരു രൂപമായിരുന്നില്ല. അക്ഷരാർത്ഥത്തിൽ എനിക്കേറ്റവും പ്രിയപ്പെട്ട ഒരു നഷ്ടം സങ്കടത്തോടെ തിരിച്ചറിഞ്ഞു.

വലിയ യാത്രകളൊന്നും എനിക്ക് സാധ്യമായിരുന്നില്ല എ.ഐ.വൈ.എഫ് ന്റെ സമ്മേളനവുമായി ബന്ധപ്പെട്ട് പഞ്ചാബിൽ പ്രശ്നം രൂക്ഷമായിരിക്കുമ്പോൾ സംഗ്രൂരിൽ വച്ച നടന്ന സമ്മേളനത്തിൽ പങ്കെടുത്തു. തോക്കേന്തിയ വാളന്റിയർ വെളിയിൽ ഞങ്ങളോടൊപ്പമുണ്ടായിരുന്നു. സമ്മേളനത്തിനും നല്ല കാവലുണ്ടായിരുന്നു. കൽക്കത്തയിൽ വച്ച് നടന്ന സമ്മേളനത്തിലും പിന്നെ ഡൽഹിയിലും അതോടൊപ്പം കുത്തബ്ബ്മിനാറും സുവർണ്ണ ക്ഷേത്രവും താജ്മഹലുമൊക്കെ സന്ദർശിച്ചു. കൊച്ചു കൊച്ചു യാത്രകൾക്കിടയിൽ ഒന്നോ രണ്ടോ ദിവസം എവിടെയെങ്കിലും തങ്ങേണ്ടി വരുമ്പോൾ മാത്രം എപ്പോഴും ഒരു പുസ്തകമെങ്കിലും കരുതാറുണ്ട്. താൽപ്പര്യമുള്ള പുസ്തകം പണം കൊടുത്ത് വാങ്ങുകയാണ് പതിവ്. കൊണ്ടു പോകുന്ന പുസ്തകം പലപ്പോഴും വായിക്കാറില്ല. കാഴ്ച്ചകൾക്കും സൽക്കാരങ്ങൾക്കും സല്ലാപങ്ങൾക്കുമാണ് പ്രാധാന്യം കൊടുക്കാറുള്ളത്. അന്നത്തെ യാത്രയിൽ കയ്യിൽ കരുതിയ പുസ്തകം മന്ദാകിനി നാരായണന്റെ മറിക്കാത്ത താളുകൾ എന്ന ഓർമ്മക്കുറിപ്പായിരുന്നു. 1968 ൽ നടന്ന നക്സൽബാരിയുടെ നേതൃത്വത്തിൽ തലശ്ശേരി, പുൽപ്പള്ളി സംഭവങ്ങളിൽ സജീവ സാന്നിദ്ധ്യമായിരുന്ന ഏക വനിതയാണ് മന്ദാകിനി നാരായണൻ. ഭർത്താവ് കുന്നിക്കൽ നാരായണനും മകളായ കെ. അജിതയും പ്രസ്ഥാനത്തിൽ വളരെ സജീവമായിരുന്നു.

അജിത നക്സൽ പ്രസ്ഥാനത്തിന്റെ നേതാവും ആവേശവുമായിരുന്നു. പിന്നീട് അന്വേഷി എന്ന സാമൂഹിക സംഘടനയുടെ പ്രസിഡന്റായി. പുൽപ്പള്ളി പോലീസ് സ്റ്റേഷന്റെ അക്രമണത്തിൽ അറസ്റ്റു ചെയ്യുമ്പോൾ 19 വയസ്സുള്ള പ്രീഡിഗ്രി വിദ്യാർത്ഥിയായിരുന്നു. അജിത കൊടിയ മർദ്ദനങ്ങൾക്ക് ഇരയാവുകയും അറസ്റ്റ് കേരളത്തിൽ കോളിളക്കമുണ്ടാക്കിയ രാഷ്ട്രീയ സംഭവവുമായിരുന്നു. ഞങ്ങളുൾപ്പെടെയുള്ള ചെറുപ്പക്കാരുടെ ആശയും ആവേശവുമായിരുന്നു നക്സൽ പ്രസ്ഥാനവും അജിതയും.

മറിക്കാത്ത താളുകൾ പിന്നീട് വായിച്ചു കഴിഞ്ഞപ്പോൾ അവസാന കാലഘട്ട ജീവിതത്തിന്റെ വിവരണം അവരനുഭവിച്ച കൊടിയ മർദ്ദനങ്ങളെക്കാൾ വലിയ മാനസിക പീഡനങ്ങളായിരുന്നുവെന്ന് തോന്നിപ്പോയി. എനിക്കും സമരസപ്പെടാൻ കഴിഞ്ഞു. 41 വർഷത്തെ പാർട്ടി പ്രവർത്തനം അവസാനിക്കുമ്പോൾ ഞാനും ശക്തമായ ആത്മസംഘർഷമാണ് അനുഭവിച്ചത്. ഹിമാലയത്തിന്റെ ചുവട്ടിൽ ദൃഷ്ടിഗോചരമല്ലാത്ത പുൽക്കൊടിത്തുമ്പിലെ മഞ്ഞുകണം പോലൊരു കണ്ണീർത്തുള്ളിയായി ഞാനും.

കയർതൊഴിലാളി

കയർ ഫാക്ടറിയിലെ ജോലി ചെയ്തിരുന്നത് പ്രധാനമായും തടുക്ക് തയ്യലാണ്. കയ്യിൽ തുകലുറയിട്ട് മുടിപിന്നുന്നതുപോലെ കയർകൊണ്ട് പിന്നിയെടുത്തത് ചുറ്റതടുക്കിന്റെ വശങ്ങളിൽ സൂചി കൊണ്ട് തുന്നിച്ചേർക്കണം. മറ്റൊന്ന് പപ്പടം, കർണാട്ടിക് എന്നു നാടൻ ഭാഷയിൽ പറയുന്ന തടുക്കിന്റെ കയർത്തുമ്പുകൾ സൂചി ഉപയോഗിച്ച് പിന്നിലേക്ക് മടക്കി ഭംഗിയാക്കണം. ഇതിനെല്ലാം വളരെ കൃത്യമായ അളവും ഉണ്ടായിരുന്നു. മാറി മാറി പലകയർ ചാപ്രകളിലും രാവും പകലുമില്ലാതെ ഉറക്കമിളച്ചും ജോലി ചെയ്തു. അന്നും ഇന്നും പണം കരുതി വയ്ക്കുന്ന ശീലം ഉണ്ടായിരുന്നില്ല. വായ് കീറിയ ദൈവം ഇര തരുമെന്ന ആനമണ്ടത്തരവും കൊണ്ട് നടന്നു.

അതിരാവിലെ എഴുന്നേറ്റ് നല്ല തണുപ്പുള്ള സമയം കുടുംബാംഗങ്ങളെല്ലാവരും കൂടി കുടം കൊണ്ട് കുളത്തിൽ നിന്നും വെള്ളം കോരി തെങ്ങിനു നനയ്ക്കുകയാണ് പതിവ്. പമ്പ്സെറ്റ് ഉണ്ടായിരുന്നില്ല. ഉണക്കക്കപ്പ പുഴുങ്ങി കട്ടൻചായയ്ക്ക് മധുരമായി ഇത്തിരി ശർക്കര കൈയ്യിൽ തരും അതാണ് രാവിലത്തെ ഇടഭക്ഷണം.

കടുത്ത ദാരിദ്ര്യം അനുഭവിച്ച നാളുകളുണ്ട്. ആദ്യകാലങ്ങളിൽ അച്ഛൻ പലചരക്ക് കച്ചവടം നടത്തിയിരുന്നു. അന്ന് വീടുകളിൽ കൈകൊണ്ട് പിരിക്കുന്ന കയർ പീടികയിൽ കൊണ്ടു വന്ന് അതിന് വീട്ടുസാധനങ്ങൾ വാങ്ങിക്കൊണ്ടു പോകുമായിരുന്നു. തേങ്ങാ ഓരോ പൂൾ അഞ്ച്, പത്ത് പൈസയ്ക്ക് വാങ്ങും. തേങ്ങാപ്പൂളിയെന്ന ഇരുമ്പിന്റെ ഉപകരണം ഇതിനുവേണ്ടിയുണ്ടായിരുന്നു. പിന്നീട് കച്ചവടം പൊളിഞ്ഞു. ചിലവാകാത്ത ചില സാധനങ്ങളുമായി ശൂന്യമായ കട ഇപ്പോഴും എന്റെ ഓർമ്മയിലുണ്ട്. കടയും സ്ഥലവും പിന്നീട് വിറ്റു. കയർ ഫാക്ടറി, കള്ള് കച്ചവടം എല്ലാം കടത്തിലായി. അന്നത്തെ അച്ഛന്റെ ദൈന്യതയാർന്ന മുഖം മറക്കാൻ ശ്രമിക്കാറുണ്ട്. സ്കൂളിലേക്കുള്ള ചെറിയ ഫീസടക്കാനും പ്രയാസമായിരുന്നു. എങ്ങനെ ജീവിച്ചുവെന്ന് ഒരു പിടിയുമില്ല. ഒന്നും തിരക്കാത്തതിന്റെ പിടിപ്പുകേട്.

വനിതാമാർച്ച്

1988 ലാണ് കേരളത്തിന്റെ ചരിത്രത്തിൽ ഐതിഹാസികമെന്ന വിശേഷിപ്പിക്കാവുന്ന വനിതാമാർച്ച് സംഘടിപ്പിച്ചത്. അങ്ങനെയൊരു ക്യാമ്പയിൻ മുൻപും പിൻപും ഉണ്ടായിട്ടില്ല. മുപ്പത്തിമൂന്ന് ദിവസം കൊണ്ട് 51 യുവതികൾ പദയാത്രയായി കാസർകോഡു നിന്നും തിരുവനന്തപുരത്തേയ്ക്ക്. പറയാനെളുപ്പമാണ്. ഇഴപിരിയാത്ത ഒട്ടേറെ ബന്ധങ്ങൾ സമ്മാനിച്ച അനിതരസാധാരണമായ സമരചരിതം. ഈ ക്യാമ്പയിനിലെ പരിചയമാണ് ആദരണീയരായ രണ്ട് ഉത്തമ കമ്മ്യൂണിസ്റ്റുകളെ ഒന്നിപ്പിച്ചത്. ഡി. രാജയും ആനിയും തമ്മിലുള്ള വിവാഹം. അങ്ങനെ മധുരമായ ഓർമ്മകളും ബന്ധങ്ങളും പോരാട്ടത്തോടൊപ്പം കേരളത്തിനു പകർന്നു നൽകി. ഒരു മനുഷ്യന് മറ്റൊരു മനുഷ്യന്റെ ശബ്ദം സംഗീതം പോലെ ആസ്വദിക്കാവുന്നതിനെയാണല്ലോ മാർക്സിസം എന്നു വിളിച്ചത്.

മാരാരിക്കുളം വടക്ക് പഞ്ചായത്തതിർത്തിയിലുള്ള അന്നത്തെ ദേശീയപാത 47ന്റെ വശങ്ങളിൽ അലങ്കരിക്കുകയും ജാഥയെ രാജകീയമായി സ്വീകരിക്കുകയുമാണ് ഞങ്ങളുടെ ഉത്തരവാദിത്വം. എല്ലാം പ്രവർത്തകർ തന്നെയാണ് ചെയ്യുന്നത്. മൈക്ക്സെറ്റ് മാത്രമാണ് വേറെ ആൾക്കാരെ ഏൽപ്പിക്കുന്നത്. ആവേശം കൊടുമുടിയിൽ എത്തി നിൽക്കുന്ന സമയം. ദേശീയപാതയോരത്ത് കുഴികുത്തി കഴയിട്ട് തോരണം കെട്ടുക കൊടിവയ്ക്കുന്നത് ഭയങ്കര പ്രയാസമുള്ള ജോലിയാണ്. നാലഞ്ചുകിലോ മീറ്ററോളം ഉന്തുവണ്ടിയിൽ സാധനങ്ങൾ കയറ്റി ഞങ്ങൾ തന്നെ രാപ്പകലില്ലാതെ ആ ജോലി ചെയ്തു. ആവശ്യമായ ചിലവിനുള്ള തുക നാട്ടുകാരിൽ നിന്ന് സംഭരിക്കുകയും വേണം. വെളുപ്പാൻ കാലത്ത് ഉന്തുവണ്ടിയിലോ കടത്തിണ്ണയിലോ കിടക്കും. ചെറിയ ഉറക്കം. സാധാരണ പ്രവർത്തകർക്ക് പണത്തിന് ദാരിദ്ര്യമുള്ള സമയം ഒരു പക്ഷേ ഇപ്പോഴും അതുതന്നെയായിരിക്കും. രാത്രിയിൽ നാലഞ്ചു തട്ടുദോശയും വെള്ളചായയും. ഹൊ... അതൊക്കെ ഓർക്കാൻ പോലും ഭയമാണ്. ജാഥ കഴിയുമ്പോൾ അതെല്ലാം

അഴിക്കുകയും വേണം പിന്നെ സാമ്പത്തികകടവും. ഇപ്പോൾ കൊടി തന്നെ ഉപേക്ഷിക്കുകയാണ്, അതെല്ലാം ത്യാഗമാണെങ്കിൽ ആ ഓർമ്മകൾക്കു പോലും ഒരാത്മാർത്ഥതയുണ്ട്.

ആകാശത്താമര

പി എസ് സി യ്ക്ക് അപേക്ഷ അയച്ചിരുന്നത് സ്ഥലങ്ങൾ കാണാനുള്ള ഉല്ലാസയാത്രയ്ക്കായിരുന്നു. ഇന്നത്തെപ്പോലെ കഷ്ടപ്പെട്ട് പഠിക്കേണ്ട കാര്യമൊന്നുമില്ലായിരുന്നു. ചോദ്യങ്ങളെല്ലാം വളരെ ലളിതമായിരുന്നു അവസാന തസ്തികകളിലേയ്ക്കയക്കുന്നത്. മലപ്പുറത്ത് പ്യൂൺ തസ്തികയിലേയ്ക്കെഴുതിയ പരീക്ഷയിൽ 96-ാമത്തു റാങ്കു കാരനായിരുന്നു. ഇരുനൂറ് പ്രഖ്യാപിത ഒഴിവുകളുണ്ടായിരുന്നു. സൈക്കിൾ ഓടിക്കുമെന്നു തെളിയിക്കാൻ എംഎസ്പി ക്യാമ്പിലെ ഒരു പോലീസുകാരനാണ് സൈക്കിൾ സംഘടിപ്പിച്ചു തന്നത്. അന്ന് സൈക്കിൾ അത്ര ചെറിയ കാര്യമല്ല. പിന്നീട് ഞാനാവഴിക്കേ പോയില്ല.

ഒരു കയർസൊസൈറ്റിയിൽ ക്ലർക്ക് ജോലി ചെയ്യാൻ അവസരം വന്നു. ചില പാർട്ടി നേതാക്കളുടെ ശുപാർശ. അവിടുന്ന് ജെ.ഡി.സി .ക്ക് പോകാനും അവസരം. സൊസൈറ്റിയുടെ ശുപാർശ കത്തിൽ അഡ്മിഷൻ കിട്ടും. ഞാനതിന് താൽപ്പര്യം പ്രകടിപ്പിച്ചില്ല.

ഒരു പ്രമുഖ പത്രത്തിൽ നിന്നും എന്റെ അപേക്ഷ പ്രകാരം ജോലിക്കു വിളിച്ചു. അപ്പോൾ പഞ്ചായത്ത് വൈസ് പ്രസിഡന്റാണ് ആറുമാസത്തെ പരിശീലനത്തിനു ശേഷം ജോലി. എന്റെ അടുത്ത സ്നേഹിതൻ വയനാട്ടുകാരൻ പറഞ്ഞു ഒരു ജീവിതം മുഴുവൻ പൊതുപ്രവർത്തനം നടത്തിയിട്ട് ഇനി ഒരു മുതലാളിക്കു വേണ്ടി പോരാടാൻ പോകുകയാണോയെന്ന്. അതെന്നെ വല്ലാതെയുലച്ചു.

സഹകരണസ്ഥാപനങ്ങളിൽ ഏതാണ്ട് 25 വർഷത്തോളം ഡയറക്ടർ ബോർഡംഗമായിരുന്നു. ആദ്യത്തെ രണ്ടു തവണ സ്വതന്ത്രഭരണസമിതി എന്നെയും കൂടി ഉൾപ്പെടുത്തുകയായിരുന്നു. അതിനുശേഷം രാഷ്ട്രീയ മുന്നണിയുടെ പ്രതിനിധിയായി. അവിടെയും പ്യൂണിന്റെ ഒഴിവ് വന്നപ്പോൾ വേണമെങ്കിൽ ചില ഇടപെടലുകൾ നടത്തി ആ ജോലിയും സമ്പാദിക്കാമായിരുന്നു. അപ്പോഴെല്ലാം ഉയർന്ന രാഷ്ട്രീയ പ്രവർത്തനത്തെക്കുറിച്ചു മാത്രമാണ് ചിന്തിച്ചത്.

അവസാനം 2015 ൽ ആലപ്പുഴയിലെ സർക്കാർ റ്റി. ഡി. മെഡിക്ക

ൽ കോളേജിൽ പാർട്ട് ടൈം ജോലിക്ക് അറിയിപ്പ് ലഭിച്ചു. അപ്പോൾ ഭാര്യയ്ക്ക് ജോലി ലഭിച്ചിരുന്നു. ഇനി ആ ജോലിക്ക് പോകേണ്ടെന്ന് ആദ്യം ഭാര്യയും എം.എൽ.എ. ആയ പി.തിലോത്തമനും പിന്നീട് പറഞ്ഞു. ഞാൻ വിചാരിച്ചാൽ നിനക്ക് ജോലി ഉറപ്പാണ്. പക്ഷേ കൊച്ചുന്നാൾ മുതൽ ഇതിന്റെ കൂടെ നടന്നിട്ട് ഇനി അതെല്ലാം ഉപേക്ഷിച്ച് ഈ ജോലിയ്ക്ക് പോയിട്ടെന്തു കാര്യമെന്ന് നീ ആലോചിക്ക് പി. തിലോത്തമന്റെ ഉപദേശം. അങ്ങനെ അതും ഉപേക്ഷിക്കുകയായിരുന്നു. ഒരു മാസം അയ്യായിരം രൂപയിൽ കൂടുതൽ ഇതേവരെ വരുമാനമില്ലാത്തവന്റെ അഹങ്കാരം. ഇപ്പോഴതിനെല്ലാം എണ്ണി കണക്കു തീർക്കുകയാണ്. ഒരു കല്ല് ഉപ്പുണ്ടെങ്കിൽ ഒരു കിണ്ണം കഞ്ഞികുടിക്കാം.

കയറിന്റെ പണി ചെറുപ്പം മുതലേ പരിചയമുണ്ടായിരുന്നു. രാവും പകലും ചുറ്റി തടുക്ക്, കർണ്ണാട്ടിക്, പപ്പടം തടുക്കുകളുടെ തയ്യൽ ഓടി നടന്ന് ചെയ്തു. ഓട്ടകയ്യിൽ ഒരണ പോലും കരുതി വച്ചില്ല. കടുത്ത ദാരിദ്ര്യം കുടുംബം അനുഭവിച്ച നാളുകളിലും ഒന്നും പുറത്ത് അറിയിച്ചില്ല. അവസാനം വീട്ടിലുണ്ടായിരുന്ന മൂന്ന് കയർത്തറികളും പൊളിച്ചു കളഞ്ഞിട്ടാണ് വീട് വച്ചത്.

ആലപ്പുഴ, തൊഴിലാളി വർഗ്ഗ പോരാട്ടത്തിലെ ഈറ്റില്ലവും പിന്നീട് ഭരണ നിയന്ത്രണത്തിലുമായിട്ടും കയർ മേഖല ഇത്ര ദയനീയമായ നിലയിൽ തകർന്നത് ആരും ഗൗരവത്തിലെടുത്തില്ല. അറിയപ്പെടുന്ന എത്രയോ പ്രശസ്തർ വിവിധ മേഖലയിൽ ആലപ്പുഴക്കാരായിട്ടുണ്ട്. ദുരിതപൂർണ്ണമായ ജീവിതങ്ങൾ അനാഥമായി ജീവിത പ്രയാസങ്ങൾക്ക് ശാശ്വതമായ പരിഹാരം കാണാത്ത എന്തു വികസനമാണ് നാം നടത്തുന്നത്. കയറും കള്ളും എന്നത്തേയ്ക്കുമായി കൈവിട്ട അമ്പലപ്പുഴ ചേർത്തല താലൂക്കിന്റെ അസ്ഥികൂടത്തിന് ചില്ലുകൂട്ട മേലങ്കിയണിയുന്നവർക്ക് എന്ത് ആത്മാർത്ഥതയാണുള്ളത് കയർ മുതലാളിമാർ രക്ഷപ്പെടുകയും തൊഴിലാളികളും ചെറുകിടക്കാരും അനാഥമാകുകയും ചെയ്തു. വീടുകളിലുണ്ടായിരുന്ന രണ്ടും മൂന്നും തറികൾ അപ്രത്യക്ഷമായി.

പഞ്ചായത്ത് ഭരണം

രാജാക്കന്മാരുടെ തന്നിഷ്ടത്തിനും അമിതാധികാരം ഉപയോഗിക്കുന്നതിനും ഓരോ ദേശത്തിനും ഓരോ സഭകൾ ഉണ്ടായിരുന്നു. ഇതിനെ പഞ്ചമഹാസഭകൾ എന്നാണറിയപ്പെട്ടിരുന്നത്. ജനപ്രതിനിധികൾ, വൈദികന്മാർ, വൈദ്യന്മാർ, ജ്യോത്സന്മാർ മന്ത്രിമാർ ഈ അഞ്ചു വിഭാഗങ്ങളാണ് സ്ഥിരാംഗങ്ങൾ. ഒരു പക്ഷേ ഇതിന്റെ വകഭേദമാവാം പഞ്ചായത്തുകൾ.

ശ്രീചിത്തിര തിരുനാളിന്റെ കാലത്ത് 1940 ലെ വില്ലേജ് യൂണിയൻ ആക്ട് പ്രകാരം വില്ലേജ് പഞ്ചായത്താണുണ്ടായിരുന്നത്. ബ്രിട്ടീഷുകാർ പഞ്ചായത്ത് കോടതി ജഡ്ജിമാരെ നിയമിച്ചിരുന്നു. ഇപ്പോഴത്തെ ഗ്രാമന്യാലയുടെ ശക്തമായ പഴയ രൂപം. അഞ്ചു പേരടങ്ങുന്ന സമിതിയെയാണ് പഞ്ചായത്ത് എന്നു പറയുന്നത്. 50 രൂപ കരമടക്കുന്നവർ, ബിരുദധാരികൾ, വിരമിച്ച ഉദ്യോഗസ്ഥർ എന്നിവരാണ് വോട്ടു ചെയ്തിരുന്നത്. വിദേശഭരണത്തിൽ അതെല്ലാം പൂർണ്ണമായും തകർന്നു. സ്വാതന്ത്ര്യാനന്തര ഭാരതത്തിൽ പഞ്ചായത്തുകൾക്ക് ഭരണഘടന പിൻബലം വന്നു. പഞ്ചായത്ത് രാജ് സംവിധാനം 1959 ഒക്ടോബർ രണ്ടിന് രാജസ്ഥാനിലെ നാഗ്ഗൂർ ജില്ലയിൽ ജവഹർലാൽ നെഹ്റു ഉദ്ഘാടനം ചെയ്തു. കേരളത്തിൽ പഞ്ചായത്ത് ഭരണ പ്രതിസന്ധിയുണ്ടായത് 1963 മുതൽ തിരഞ്ഞെടുക്കപ്പെട്ട സമിതി 1979 വരെ തുടർന്നതാണ്. പല പഞ്ചായത്തംഗങ്ങളും മരണപ്പെട്ടതിനാൽ ഭരണ നിർവ്വഹണം നടത്താൻ കഴിഞ്ഞില്ല.

1752 ലാണ് മാരാരിക്കുളം തെക്ക്-വടക്ക് എന്ന നിലയിൽ പഞ്ചായത്തുകളെ തിരിക്കുന്നത്. മാരാരിക്കുളം വടക്ക് പഞ്ചായത്തിൽ പി. കെ. കൊച്ചുപിള്ളയായിരുന്നു ആദ്യത്തെ പ്രസിഡന്റ്. 1952 ൽ സി വി കുഞ്ഞിക്കുട്ടൻ പ്രസിഡന്റായി 1957ൽ എസ്.എൽ.പുരം സദാനന്ദനും 1959 ൽ എം.എൻ. രാഘവക്കുറുപ്പും, തുടർന്ന് തോമസ് അറക്കലും 1979 ൽ എം.എസ്. നടേശനും 1985 ൽ പി വി തങ്കപ്പനും പ്രസിഡന്റായി. തെങ്ങുകയറ്റത്തൊഴിലാളിയായ പി വി തങ്കപ്പൻ ജനറൽ

സീറ്റിലാണ് പഞ്ചായത്ത് പ്രസിഡന്റായത്.

തോമസ് അറയ്ക്കലിന്റെ കാലത്താണ് പഞ്ചായത്തിന് സ്ഥിരം ഓഫീസുണ്ടാക്കുന്നതിന് ഇപ്പോഴുള്ള സ്ഥലം വാങ്ങിയത്. ചെല്ലിമല്ല ൻ എന്ന വിളിപ്പേരുള്ള രാമൻ മല്ലനാണ് സ്ഥലം കൊടുത്തത്. അന്ന സ്ഥാപിച്ച സൈറൺ ഇപ്പോഴും മുടങ്ങാതെ പ്രവർത്തിക്കുന്നു. അത് നാട്ടുകാർക്ക് വളരെ പ്രയോജനകരവുമാണ്. സൈറൺ ഓപ്പറേറ്ററെയും നിയമിച്ചിട്ടുണ്ട്.

1964 ൽ കമ്മ്യൂണിസ്റ്റ് പാർട്ടി ഭിന്നിക്കുമ്പോൾ അന്നുണ്ടായിരുന്ന മൂന്ന് മെമ്പർമാരും സി പി ഐ യിൽ തന്നെ ഉറച്ചു നിന്നു. കൊമ്മേ ഗോവിന്ദപിള്ള, സി. കെ. മാധവൻ, പാലയ്ക്കൽ ശിവരാമക്കുറുപ്പ് എന്നിവരായിരുന്നു ആ പഞ്ചായത്തംഗങ്ങൾ.

1924 മുതൽ 1931 വരെ റീജന്റ് (രാജപ്രതിനിധി) ആയിരുന്ന സേതുലക്ഷ്മിബായിയുടെ സ്മരണയ്ക്കാണ് എസ്. എൽ. പുരം എന്ന പേരും ശ്രീനാരായണകോളേജിന്റെ എസ്.എൻ.പുരവും രണ്ടു പേരിലും പോസ്റ്റ്ഓഫീസ് സ്ഥാപിച്ചിട്ടുണ്ട്. കഞ്ഞിക്കുഴിയിലെ ഒട്ടുമിക്ക സ്ഥലങ്ങളും കുണ്ടേലാറ്റ് മല്ലൻമാരുടെ സംഭാവനയാണ് പോലീസ് സ്റ്റേഷൻ, എസ്.എൽ.പുരം സ്കൂൾ, കമ്മ്യൂണിസ്റ്റ് പാർട്ടി ഓഫീസ്. കഞ്ഞിക്കുഴി ചന്തയടക്കമുള്ള എല്ലാം.

മാരാരിക്കുളം വഴുതന

മാരാരിക്കുളം വഴുതന പ്രത്യേക രുചിയുള്ള നാടൻ ഇനമാണ്. അത്ര വലിപ്പമില്ലാത്ത നീളൻ നല്ല പച്ചക്കളറുള്ള വഴുതനയ്ക്ക് ഈ പേര് എങ്ങിനെ വന്നതാണെന്ന് ഒരു പിടിയുമില്ല. രാജകുടുംബത്തിൽ ഇതിന് പ്രത്യേക സ്ഥാനമുണ്ടായിരുന്നു. രാജഭരണകാലത്ത് വില്ലേജ് ഓഫീസർമാരെ പർവ്വത്യകാരൻ എന്നാണറിയപ്പെട്ടിരുന്നത്. പൂക്കളോടൊപ്പം വഴുതന രാജകൊട്ടാരത്തിൽ എത്തിച്ചു കൊടുക്കേണ്ട ചുമതലയും ഈ ഉദ്യോഗസ്ഥനായിരുന്നു.

ഞാൻ പഞ്ചായത്തംഗം ആയപ്പോൾ കർഷകരുടെ വീടുകളിൽ നിന്നും മാരാരിക്കുളം വഴുതന സംഭരിച്ച് വിത്തു തയ്യാറാക്കി കൃഷി ചെയ്യാൻ കുടുംബശ്രീ വഴി നല്ല പരിശ്രമം നടത്തുകയുണ്ടായി. മാരാരിക്കുളം വഴുതനയുടെ ചരിത്ര പ്രധാന്യവും പ്രത്യേകതയും ഉൾക്കൊള്ളിച്ച് ഞാനെഴുതിയ ചെറിയ ലേഖനം സർക്കാരിന്റെ പഞ്ചായത്ത് രാജ് മാസികയിൽ പ്രസിദ്ധീകരിച്ചിരുന്നു. സംസ്ഥാനത്തിന്റെ വിവിധ ഭാഗങ്ങളിൽ നിന്നും വിത്ത് ആവശ്യപ്പെട്ടു കത്ത് വരികയും അവർക്കെല്ലാം സൗജന്യമായി ആവശ്യത്തിന് വിത്ത് നൽകുകയും ചെയ്തു.

അടുത്ത പഞ്ചായത്ത് ഭരണ സമിതി നിലവിൽ വന്നപ്പോൾ നടത്തിയ കാർഷികോത്സവത്തിന് മാരാരിക്കുളം വഴുതനോത്സവം എന്ന പേരാണ് നൽകിയത്. വളരെ വിപുലമായ ദിവസങ്ങൾ നീണ്ടു നിൽക്കുന്ന പരിപാടിയായിരുന്നു. കൃഷിവകുപ്പ മന്ത്രിയായിരുന്ന മുല്ലക്കര രത്നാകരൻ പങ്കെടുത്തിരുന്നു. ഡി. പ്രിയേഷ് കുമാർ പ്രസിഡന്റും ഞാൻ വൈസ് പ്രസിഡന്റുമായിരുന്നു. അതിനു ശേഷമാണ് പ്രസിഡന്റ് വൈസ് പ്രസിഡന്റ് സ്ഥാനത്തേയ്ക്ക് സ്ത്രീ പുരുഷ സംവരണം നടപ്പിലാക്കിയത്. പുരുഷൻ പ്രസിഡന്റായാൽ സ്ത്രീയായിരിക്കണം വൈസപ്രസിഡന്റ് തിരിച്ചും എന്നതാണ് സംവരണം.

അരങ്ങിലും അണിയറയിലും

ജനകീയ കൂട്ടായ്മയിൽ ഒരു പ്രൊഫഷണൽ നാടകം സംഘടിപ്പിക്കുമ്പോൾ യാദൃശ്ചികമായി അതിന്റെ ഭാഗമകാൻ കഴിഞ്ഞിരുന്നു. കണിച്ചുകുളങ്ങര വടക്കേച്ചന്തയ്ക്ക് കിഴക്കുവശം ചെല്ലാട്ടുവെളിയായിരുന്നു കേന്ദ്രം. സംഘാടകർ പുരയിടം പണയപ്പെടുത്തിയാണ് പണം സംഘടിപ്പിച്ചത്. നിശാഗന്ധി പൂക്കളുതിരുന്നു അതായിരുന്നു നാടകത്തിന്റെ പേര്. നാടകത്തിന്റെ റിഹേഴ്സൽ ഉൾപ്പെടെയുള്ള എല്ലാക്കാര്യങ്ങളും പ്രദേശവാസികൾ ആഘോഷപൂർവ്വം ഏറ്റെടുക്കുകയായിരുന്നു. നടികളെ ഇത്തരം നാടകങ്ങൾക്ക് കിട്ടാൻ പ്രയാസമുള്ള കാലം. നാടകത്തിൽ നൃത്തവുമുണ്ട്. നൃത്തമറിയാവുന്ന നടിയെ കൂടാതെ മറ്റൊരു നടിയെയും സംഘാടകർ ഒരു വിധത്തിൽ സംഘടിപ്പിച്ചു. നാടകത്തിൽ അവതരണഗാനമുൾപ്പെടെ മൂന്ന് പാട്ടുണ്ട്. പാട്ട് എഴുതിക്കൊടുക്കാമെന്ന് പറഞ്ഞിരുന്ന ആൾ എന്തോ കാരണത്താൽ എഴുതിക്കൊടുത്തില്ല. റിഹേഴ്സൽ താമസിക്കുന്നതിനനുസരിച്ച് ബാങ്കിലെ പലിശയും കൂടുകയാണ്.

പാട്ടെഴുത്തിന്റെ ആലോചന അവസാനം എന്നിലേയ്ക്കെത്തി. ക്യാമ്പിലെ നിത്യസന്ദർശകനായിരുന്നു ഞാൻ. രണ്ടും കൽപ്പിച്ചു ഞാനാ കടുംകൈ ചെയ്തു. എഴുതാൻ തയ്യാറായി. വലിയ പ്രശ്നം എഴുതിയാൽ എന്തായിരിക്കും സ്ഥിതി. പാട്ടാകുമോ... അതോ വേറെവല്ലതും. ഒരു വിധത്തിൽ എഴുതിക്കൊടുത്തിട്ടു ഞാൻ മുങ്ങിക്കളഞ്ഞു. സുരേഷ് കണിച്ചുകുളങ്ങരയാണ് സംഗീതം ചെയ്തത്. ഗോപിച്ചേട്ടനായിരുന്നു ഹാർമോണിയം. അതിന്റെ ഒച്ച കേൾക്കുമ്പോൾ തന്നെ നമ്മൾ വല്ലാത്തൊരു ലോകത്തിലാകും. നല്ല പാചകക്കാരൻ കൂടിയാണ് ഗോപിച്ചേട്ടൻ. ചിലരെല്ലാം ജീവിച്ചിരിപ്പില്ല. നാടകം തട്ടിൽ കയറി. അഞ്ചോ ആറോ സ്റ്റേജിൽ കളിച്ചുകാണും. നാട്ടുകാർ ആവേശപൂർവ്വം ഏറ്റെടുത്ത നാടകമായിരുന്നു. അങ്ങനെ ഞാനറിയാതെ ഞാനൊരു നാടകഗാന രചയിതാവായി. ഗാനങ്ങൾ ഡി. ഹർഷകുമാർ.

വർഷങ്ങൾക്കു ശേഷം ഒരു കല്ല്യാണവീട്ടിൽ ചെന്നപ്പോൾ ഇന്ന

ലെ ഇവിടെ ഗാനമേളയ്ക്ക് ഹർഷകുമാറെഴുതിയ നാടകഗാനമുണ്ടായിരുന്നുവെന്ന് കേട്ടപ്പോൾ ശരിക്കും അത്ഭുതപ്പെട്ടുപോയി. ഞാൻ പോലും മറന്ന കാര്യം അയ്യൻ എന്നു വിളിപ്പേരുള്ള ഒരാൾ എന്റെ പരിചയക്കാരൻ കൂടിയായിരുന്നു. പാട്ടു വേണമെങ്കിൽ എന്റെ മൊബൈലിലുണ്ട് കാണേണ്ടത് പോലെ കാണണം എന്ന് വേറൊരാളോട് പറഞ്ഞത് ഞാനറിഞ്ഞു. ഞാൻ തയ്യാറായിരുന്നു. വരികൾ പോലും ഞാനോർത്തിരുന്നില്ല. ഇപ്പോഴും എവിടെയും എഴുതി വച്ചിട്ടില്ല. തിരക്കും മറ്റു പല കാരണങ്ങളാലും അയ്യനെ കാണാൻ കഴിഞ്ഞില്ല.

അയ്യനെ പിന്നെ കണ്ടത് പണിതീരാത്ത വീടിനു മുന്നിൽ ഡസ്കിൽ വെള്ള വിരിപുതപ്പിച്ച് എന്നന്നേയ്ക്കുമായി ഉറങ്ങുന്നതാണ്. അതിനു ശേഷം അവിടുത്തെ ക്ലബ്ബിന്റെ വാർഷികാഘോഷ പരിപാടിയിൽ സാംസ്കാരിക സമ്മേളനത്തിൽ വച്ച് ഈ ദുഃഖസ്മരണ പങ്കുവച്ചിരുന്നു. പ്രകടിപ്പിക്കാതെ മനസ്സിൽ സൂക്ഷിക്കുന്ന ചില സൗഹൃദങ്ങളുണ്ട്. അത് സോഷ്യൽ മീഡിയായിൽ പ്രചരിപ്പിക്കാനുള്ളതല്ല. ഹനുമാനെപ്പോലെ നെഞ്ചുപിളർന്നു കാണിക്കാനുള്ളതുമല്ല.

സാക്ഷരതാ യജ്ഞത്തിന്റെ കാലത്ത് കെ.എസ്.ഇ.ബി. അക്കൗണ്ടന്റായ ജി. രാമക്കുറുപ്പ് എഴുതിയ അക്ഷരം എന്ന നാടകം ഈ ക്യാമ്പയിന്റെ പ്രചരണാർത്ഥം പലസ്ഥലത്തും തെരുവിൽ കളിക്കുകയുണ്ടായി. നാടകത്തെക്കുറിച്ച് ഞാൻ തയ്യാറാക്കിയ റിവ്യൂ ഒരു പ്രമുഖ പത്രത്തിന്റെ ഞായറാഴ്ച്ച പതിപ്പിൽ പ്രസിദ്ധീകരിച്ചു. അദ്ദേഹം എന്നോടെപ്പോഴും കലഹിക്കുമായിരുന്നു. ഞങ്ങൾ ഒന്നിച്ചു യാത്ര ചെയ്യുമ്പോൾ എന്റെ വീട്ടിലേയ്ക്കാണെങ്കിലും എന്തു സാധനങ്ങൾ വാങ്ങിയാലും അദ്ദേഹമാണ് പൈസ കൊടുക്കുന്നത്. എന്റെ അവസ്ഥ അറിഞ്ഞു കൊണ്ടാണ്. എത്ര സാമ്പത്തിക പ്രതിസന്ധിയുണ്ടെങ്കിലും ഒരിക്കലും ഞാൻ വായ്പ ചോദിച്ചിട്ടില്ല. ഞാൻ ഒരു പരിപാടിയിൽ പങ്കെടുക്കുമ്പോൾ ഒരു വിശേഷവുമില്ലാതെ അവിടെ കൊണ്ടു വന്ന് ഒരു മുണ്ടും ഷർട്ടും തന്നു. അതിനുശേഷം രോഗാതുരനാവുകയും വിടപറയുകയുമായിരുന്നു. മുൻകൂട്ടി അറിഞ്ഞു കൊണ്ട് ചെയ്തതു പോലെയാണ് തോന്നിയത്. ഒരു പിടി ഓർമ്മപ്പൂക്കൾ.

യവനിക

മാരാരിക്കുളം വടക്ക് ഗ്രാമപഞ്ചായത്തിന്റെ തിരഞ്ഞെടുക്കപ്പെട്ട ആദ്യ പ്രസിഡന്റായിരുന്ന എസ്.എൽ.പുരം സദാനന്ദൻ. സ്വാതന്ത്ര്യ സമര സേനാനിയും മാരാരിക്കുളം സമരത്തിന്റെ സജീവ സംഘാട കനുമായിരുന്നു. മലയാള നാടകവേദിയിലും ചലച്ചിത്രമേഖലയിലും അസാമാന്യമായ വൈഭവം പ്രകടിപ്പിച്ച പ്രതിഭാശാലി. ഞങ്ങളുടെ യെല്ലാം സ്വാകര്യ അഹങ്കാരം. തന്റേടിയായി അവസാനം വരെയു ള്ള ജീവിതം.

കടലലകളുടെയും ചകിരിനാരുകളുടെയും ദുരിതപ്പെയ്ത്തുകൾ തോരാതെ നനഞ്ഞവരുടെ പടയൊരുക്കത്തിന്റെ പ്രാരംഭം 1940 ൽ പതിനാലാം വയസ്സിൽ കുടിയിറക്ക് എന്ന ഏകാങ്ക നാടകത്തി ലൂടെയാണ് സാഹിത്യരചന ആരംഭിക്കുന്നത്. ഒരാൾ കൂടി കള്ളനാ യി, സിംഹം ഉറങ്ങുന്ന കാട്, യാഗശാല, കാക്കപ്പൊന്ന്, വിലകുറ ഞ്ഞ മനുഷ്യർ, പുന്നപ്ര-വയലാർ, കാലവർഷം. സ്വർണ്ണവലയുള്ള ചിലന്തി, നിധി, നിഷേധി, ചിറകു തേടുന്ന പക്ഷികൾ, കാട്ടുകുതിര, കല്ലു കൊണ്ടൊരു പെണ്ണ്, എന്നും പറക്കുന്ന പക്ഷി, ദുഃഖപുത്രി നി നക്കെത്ര ജന്മം, കാട്ടുമാക്കാൻ, ഓണം ബംബർ, എന്നെ സ്നേഹിക്കു എന്നെ മാത്രം, പോയദിനങ്ങളെ വന്നിട്ടുപോകുമോ, ധർമ്മ സംസ്ഥാ പനാർത്ഥായ, കടുവയും മക്കളും, വക്കച്ചനും കൊച്ചുവാവയും, തിരു മൊഴിക്കവല, ഉത്തിഷ്ഠത ജാഗ്രത, ഒരു പെണ്ണിന്റെ കഥ, പുറമ്പോ ക്കിലെ പൊന്ന്, കാലത്തിന്റെ കല്പന തുടങ്ങിയ 60-ഓളം നാടകങ്ങ ളും 135 ചലച്ചിത്രങ്ങളും അദ്ദേഹത്തിന്റെ തൂലികയിലൂടെയൊഴുകിയെ ത്തി. ചെമ്മീന്റെ തിരക്കഥയ്ക്ക് ദേശീയ പുരസ്കാരം. ആയിരം വർണ്ണങ്ങ ൾ എന്ന ഓർമ്മക്കുറിപ്പും അഗ്നിശുദ്ധിയെന്ന നോവലും അദ്ദേഹത്തി ന്റേതായിട്ടുണ്ട്. അവസാന കാലയളവിൽ ഇന്ത്യൻ പീപ്പിൾസ് തീയേ റ്റർ അസോസിയേഷന്റെ ജില്ലാ പ്രസിഡന്റായിരുന്നു.

മരിക്കുമ്പോൾ ഗാർഡർ ഓഫ് ഓണർ നൽകാൻ ആരും മുൻകൈ എടുത്തില്ലായെന്നതും, നല്ലൊരു സ്മാരകമോ അനുസ്മരണമോയില്ലാ

യെന്നതും വലിയ നന്ദികേടാണ് ഉത്തരവാദിത്വമുള്ളവർ കാണിച്ചത്.

മാളാ അരവിന്ദൻ അഭിനയിച്ച നിധിയും രാജൻ പി. ദേവ് അഭിനയിച്ച കാട്ടുകുതിരയും കാണാൻ കഴിഞ്ഞത് വലിയ ഭാഗ്യമാണ്.

എസ്. എൽ. പുരത്തിന്റെ അവസാന വോട്ട് ഗ്രാമപഞ്ചായത്തംഗം എന്ന നിലയിൽ എനിക്കായിരുന്നു. എസ്. എൽ. പുരം സ്കൂൾ ഗ്രൗണ്ടിൽ നിൽക്കുമ്പോൾ വോട്ടുകഴിഞ്ഞ് അദ്ദേഹത്തിന്റെ പത്നി ഓമന ടീച്ചറുമായി വരുമ്പോൾ 'നേതാവെ വോട്ട് ചെയ്തിട്ടുണ്ട് കേട്ടോ' എന്നുറക്കെ വിളിച്ചു പറഞ്ഞ് നടന്നകലുന്ന എസ്.എൽ.പുരം മനസ്സിൽ നിന്നും മായാത്ത ചിത്രമാണ്.

നല്ല സൗഹൃദം പുലർത്തിയിരുന്നു. ഞാൻ സൈക്കിളിൽ ചെല്ലുമ്പോൾ വീടിന്റെ ഗെയ്റ്റിൽ പിടിച്ചു കൊണ്ട് എന്നോട് സംസാരിക്കുമായിരുന്നു. എന്റെ മകൻ കാളിദാസനെ എഴുത്തിനിരുത്തണമെന്ന് അനുവാദം ചോദിച്ചപ്പോൾ അദ്ദേഹം അതിന് തയ്യാറല്ലായിരുന്നു. എടോ വിദ്യാഭ്യാസമുള്ള ആരെയെങ്കിലും കൊണ്ടെഴുതിക്ക് എന്ന് ഒഴുക്കൻ മട്ടിൽ ഒഴിഞ്ഞു. എനിക്കിപ്പോഴും അതിന്റെയർത്ഥം മനസ്സിലായിട്ടില്ല. എന്താണ് വിദ്യാഭ്യാസത്തിന്റെയും വിവരത്തിന്റെയും നിർവ്വചനം.

2005 സെപ്തംബർ 26ന് അദ്ദേഹത്തിന്റെ മരണവാർത്ത എന്നെ വിളിച്ചറിയിച്ചത്. അദ്ദേഹത്തിന്റെ പ്രശസ്തമായ നാടകട്രൂപ്പായ സൂര്യസോമയുടെ സെക്രട്ടറി മോഹനൻ ചേട്ടനായിരുന്നു. അപ്പോൾത്തന്നെ എനിക്കവിടെയെത്താൻ കഴിഞ്ഞു. മക്കളായ ജയസോമയും ജയസൂര്യയുമായി ആ സ്നേഹബന്ധം പുലർത്തുന്നുണ്ട്.

അന്തിക്കള്ളും കാരിക്കറിയും

തീരദേശ റെയിൽവേ വന്നതിനു ശേഷം ട്രയിനിൽ രാവിലെ ജോലിക്കു പോകുന്നവരുടെ എണ്ണം ആണായാലും പെണ്ണായാലും ക്രമാനുഗതമായി വർദ്ധിച്ചു കൊണ്ടിരിക്കുകയാണ്. പഴയ കാലത്ത് പുറത്തേയ്ക്ക് ജോലിക്കു വേണ്ടി ആരും പോകേണ്ടതില്ലായിരുന്നു. നാട്ടിൻപുറത്തെ ജോലികൾക്കെല്ലാം വരുമാനമുള്ളതും കൂടുതൽ തൊഴിൽ അവസരങ്ങൾ ഉള്ളതുമായിരുന്നു. ആത്മബന്ധം ഊട്ടിഉറപ്പിക്കുന്ന തരത്തിൽ പകലു മാത്രമല്ല രാത്രി ഉറങ്ങുന്നതു വരെ പരസ്പരം സഹകരിച്ച് ജോലി ചെയ്തു തീർക്കേണ്ട സാഹചര്യമുള്ളതായിരുന്നു. തെങ്ങുകയറ്റം കഴിയട്ടെ നിന്റെ മുഴുവൻ കടവും വീട്ടിയേക്കാം അല്ലെങ്കിൽ മറ്റത്യാവശ്യങ്ങൾക്കുള്ള പണം തരാം എന്ന് ധൈര്യപൂർവ്വം പറയാൻ കഴിയുമായിരുന്നു.

ഇതിനിടയിൽ വൈകുന്നേരത്തെ പ്രധാന സങ്കേതത്തെക്കുറിച്ച് പറയാൻ മറന്നു. ആൾതാമസമില്ലാത്ത ഒരേക്കറോളം വിശാലമായ സ്ഥലം. കുളങ്ങളും നല്ല വിളവ് തരുന്ന പാടങ്ങളും തെങ്ങിൻ വരമ്പും ഗ്രാമസൗന്ദര്യവും വഴിഞ്ഞൊഴുകുന്നയിടം. അവിടെയാണ് കള്ള്ഷാപ്പ് നിലനിൽക്കുന്ന മാനാട്ട് യെന്ന സങ്കേതം. വൈകുന്നേരങ്ങളിൽ ആ പുരയിടം തന്നെ സജീവമാണ്. നാട്ടിൻപുറത്തെ തെങ്ങിൽ നിന്നു തന്നെ ചെത്തിയെടുക്കുന്ന യാതൊരു വിധ കൃത്രിമവുമില്ലാത്ത തനിനാടൻ കള്ള്. ജോലി കഴിഞ്ഞെത്തുന്നവർ കുളിച്ച് ഒരു തുകർത്തും തോളിലിട്ട് ഒറ്റയ്ക്കും കൂട്ടുകാരുമായും റേഷന് വേണ്ടി ഷാപ്പിലെത്തും. അവരുടെ വിശ്രമകേന്ദ്രമാണ്. ഒരു നിയമത്തിന്റെയും പിൻബലമില്ലാതെ തന്നെ പ്രായപൂർത്തിയാകാത്തവർക്ക് കള്ള് കൊടുക്കുമായിരുന്നില്ല. അല്ല പ്രായപൂർത്തിയായാലും അവരാരും അങ്ങോട്ട് വരുമായിരുന്നില്ല.

നല്ല കപ്പയും ചേമ്പും കാച്ചിലും മീൻകറിയും കക്കയിറച്ചിയുമൊക്കെയായിരുന്നു പ്രധാന വിഭവങ്ങൾ. ഷാപ്പിനകത്തു മാത്രമല്ല പുറത്തുള്ള നിലാവിന്റെ തെങ്ങിൻ നിഴലു വീണ ചൊരിമണലിൽ ചെറു

ചെറു കൂട്ടങ്ങൾ അവിടവിടെയായി വർത്തമാനം പറഞ്ഞ് കള്ളു സേവിച്ച് രസിക്കുകയായിരിക്കും. അത്താഴത്തിനടുത്ത് സമയമാകുമ്പോൾ വീണ്ടും നാളെ കാണാം എന്ന് ആചാരം ചൊല്ലി പിരിയും.

തെങ്ങിൻകുലയിൽ നിന്നും കള്ളു ചെത്തിയെടുക്കുന്ന ചെത്തുകാർ വീരനായകരായിരുന്നു, ധൈര്യശാലികൾ ആരോഗ്യദൃഢഗാത്രർ വൈകുന്നേരങ്ങളിൽ പലയിടങ്ങളിൽ നിന്നും തെങ്ങിൻചൊട്ട തല്ലി പാകമാക്കുന്ന ശബ്ദം കേൾക്കാം. കള്ള് കിട്ടാൻ വേണ്ടി ചൊട്ട തല്ലി പതംവരുത്തുകയാണ്. അതിനൊരു താളമുണ്ട്.

തെങ്ങിന്റെ പൂക്കല കൊതുമ്പു പൊടി വരുന്നതിനു മുൻപ് കുമ്പിനു മേൽ പതുക്കെ കരുവി കൊണ്ട് കാലത്തും വൈകിട്ടും തല്ലി പതം വരുത്തും അപ്പോഴെല്ലാം പൂക്കലയുടെ അറ്റം ചെറുതായി വീതി കൂടിയ ചെത്തുകത്തി കൊണ്ട് മുറിച്ചു കളയും അതിനു മുകളിൽ വഴുവഴുപ്പുള്ള പ്രത്യേകമായി തയ്യാറാക്കിയ ചെളി തേക്കുന്നു. ഒരു മാസത്തിനുള്ളിൽ കള്ള് ഊറി വരും ഇത് രാവിലെയും വൈകുന്നേരവും മൺകുടങ്ങളിൽ ശേഖരിക്കുന്നു. കഷ്ടിച്ച് ഒരു വർഷമാണ് തെങ്ങു ചെത്തുന്നത്. ബാക്കിയുള്ള കാലം നന്നായി വിളവുണ്ടാകും.

പ്രാദേശിക പാനീയം എന്ന നിലയിൽ കള്ളിനെ മദ്യത്തിന്റെ ലിസ്റ്റിൽ നിന്നൊഴിവാക്കുക. പാൽസഹകരണ സംഘങ്ങളുടെ മാതൃകയിൽ കള്ള് ചെത്താനും അളക്കാനുമുള്ള അവകാശം കർഷകനു തന്നെ നൽകുക. ലൈസൻസ് ഉൾപ്പെടെയുള്ള നിയമപരമായ കാര്യങ്ങൾക്കും ഒത്തുതീർപ്പുണ്ടാക്കുക. നല്ല വരുമാനവും തൊഴിലും ഉണ്ടാകുകയും തെങ്ങുകൃഷി ഫലപ്രദമാകുകയും ചെയ്യും.

ഞാൻ പറഞ്ഞു വന്നത് തെങ്ങു കൊണ്ടു തന്നെ ഒരു തലമുറ ജീവിതം ആഘോഷിച്ച കഥയാണ്. ഇനി അത് ഓർമ്മയിൽ മാത്രമാകുമോ. എന്നാലും ഒരു പൂതി. പരീക്ഷണാടിസ്ഥാനത്തിൽ ഒരു പ്രദേശം ദത്തെടുത്ത് പുനരാവിഷ്ക്കാരം നടത്തിയാലോ. വിത്തു മുതൽ വില്പന വരെയുള്ളതെല്ലാം വരുമാനമുള്ളതായിരിക്കും. ഇതിനൊരു കൂട്ടായ്മയൊരുക്കിയാലോയെന്ന് പലതവണ ആലോചിച്ചിട്ടുണ്ട്. മുൻകൈയ്യെടുക്കേണ്ടത് തദ്ദേശസ്വയംഭരണ സ്ഥാപനങ്ങളാണ്. നല്ല സഹകരണമില്ലാതെ മുന്നോട്ട് പോകാൻ കഴിയില്ല. അനുഭവങ്ങളും അത്ര നല്ലതായിരിക്കില്ല. അവനവന്റെ കാര്യം കാണുക. പിന്നെ ചുരുണ്ടു കൂടുക. മുദ്രാവാക്യം വിളിക്കുന്നവർ തന്നെ നടപ്പിലാക്കണമെന്നാണ് ഇപ്പോഴത്തെ നാട്ടുചിന്ത.

ഉടപ്പിറവി

എല്ലാ തിരഞ്ഞെടുപ്പിൽ നിന്നും ബോധപൂർവ്വം ഒഴിഞ്ഞു നിന്ന ഞാൻ ഒരു മത്സരത്തിന് നിർബന്ധിക്കപ്പെടുകയായിരുന്നു. ഇടതുപക്ഷ സ്വതന്ത്രനായി മത്സരിച്ച വിജയിച്ച മോഹൻ ചക്കനാടന്റെ മരണത്തെ തുടർന്നുണ്ടായ ഒഴിവിലേയ്ക്ക് പകരക്കാരനെ കണ്ടുപിടിക്കാൻ പി.എം. സുരേന്ദ്രൻ, എൻ.എൻ. ശശി, ഡി. ഹർഷകുമാർ എന്നിവരടങ്ങുന്ന കമ്മറ്റിയെ നിയോഗിച്ചു. എല്ലാ ബന്ധുക്കളെയും ഞങ്ങൾ കണ്ടു. പാർട്ടിക്കു പുറത്തു നിന്നു മത്സരിക്കാൻ ആരും തയ്യാറായിരിന്നില്ല. അപശകുനം എന്തോ ഒരു ഭയം. അങ്ങിനെയാണ് ഞാൻ മത്സരിക്കുന്നത്. ഞാനറിയാതെ സ്ഥാനാർത്ഥിയായി. തോറ്റുപോകുമെന്ന് എന്റെ പാർട്ടിക്കാരൊഴികെ ബാക്കിയെല്ലാവരും തീർച്ചപ്പെടുത്തിയിരുന്നു. തോൽക്കാൻ ഞാനും തയ്യാറായിരുന്നു.

അടുത്തുള്ള ക്ഷേത്രമായ പൂപ്പള്ളിക്കാവിലെ ഭക്തരായിരുന്നു ഭൂരിപക്ഷം വോട്ടർമാരും. ധാരാളം പൂക്കളുള്ള കാവായിരുന്നു. അതിന് മുൻപ് ബുദ്ധപള്ളിയായിരുന്നു. ക്ഷേത്രം ആയപ്പോൾ പൂപ്പള്ളിയുടെ കൂടെ കാവും ചേർന്നു. ഏതാണ്ട് അഞ്ഞൂറോളം വർഷത്തിന്റെ പഴക്കമുണ്ട്. ആദ്യമുണ്ടായിരുന്ന ആരാധനാലയം തീപിടിച്ചു നശിച്ചു. മിക്കവാറും എല്ലാ കര്യാലകളും തീപിടിച്ച് നശിച്ച ചരിത്രമാണുള്ളത്. ഇട്ടിപ്പറമ്പ്, മാളിയേക്കൽ, ചക്കനാട്, നടക്കൽ, മാക്രാണി, മന്നപ്പാടി എന്നീ നായർ കുടുംബങ്ങളുടെ വകയാണീ ക്ഷേത്രം. മത്സരിച്ച മറ്റൊരു സ്ഥാനാർത്ഥി അന്ന് ക്ഷേത്രത്തിൽ സപ്താഹയജ്ഞം നടക്കുമ്പോൾ - ഏഴു ദിവസം ഭാഗവതം വായിക്കുക - ഉച്ചഭക്ഷണത്തിന് പത്തുചാക്ക് അരി സംഭാവനയായി നൽകിയെന്ന വിവരം ഞങ്ങളയാകെ ഞെട്ടിച്ചു. പ്രവർത്തകർ എന്നെയും ക്യൂവിൽ നിർത്തി സപ്താഹം തീരുന്നതു വരെ ക്ഷേത്രത്തിൽ നിന്നും ഉച്ചഭക്ഷണം കഴിച്ചു. ഭക്ഷണത്തിന് വല്ലാത്ത സ്വാദായിരുന്നു.

461 വോട്ടിന്റെ ഭൂരിപക്ഷത്തിൽ ഞാൻ വിജയിച്ചു. അത്രയും വോട്ട് പോലും എതിർ സ്ഥാനാർത്ഥിയ്ക്ക് കിട്ടിയിരുന്നില്ല. ജില്ലയിൽ

ഇതൊരു ചരിത്രമാണ്. 2002 ലായിരുന്നു ഉപതിരഞ്ഞെടുപ്പ്. ഞാനറിയാതെ വന്ന ആദരവ് അതിനെക്കാൾ വലിയ അളവിൽ അവരോട് ഇപ്പോഴും പ്രകടിപ്പിച്ചു കൊണ്ടേയിരിക്കുന്നു.

തുറന്ന മനസ്സോടെയുള്ള പ്രവർത്തനം പരസ്പരമുള്ള ആദരവും സ്നേഹവും നല്ല ജീവിതാനുഭവമായിരുന്നു. ഞാൻ ജയിച്ചാൽ കിട്ടുന്ന വോട്ടിന്റെ ഭൂരിപക്ഷം അനുസരിച്ച് അടുത്തുള്ള വരകാടി ക്ഷേത്രത്തിൽ വാണം കത്തിക്കാമെന്ന് വീട്ടുകാർ നേർന്നിരുന്നുവത്രേ. ഭൂരിപക്ഷം ഇത്രയും വലുതാകുമെന്ന് പ്രതീക്ഷിച്ചില്ല. വാണം വാങ്ങാൻ കാശില്ലാത്തതു കൊണ്ട് അത്രയും ഓലപ്പടക്കം കത്തിച്ചുവെന്നൊരു കഥയുണ്ട്. ഇന്നേവരെ അതിന്റെ നിജസ്ഥിതിയന്വേഷിക്കാൻ ഞാൻ ശ്രമിച്ചിട്ടില്ല.

ഒട്ടേറെ അനുഭവസമ്പന്നമായ മേഖലയായിരുന്നു. ഗ്രാമപഞ്ചായത്തംഗമായും വൈസ് പ്രസിഡന്റായും പ്രവർത്തിച്ചു. അതിനു ശേഷമാണ് ഇപ്പോഴുള്ള രൂപത്തിൽ പ്രസിഡന്റിനും മെമ്പറന്മാർക്കുമുള്ള സംവരണം നടപ്പിലാക്കിയത്.

ചക്കനാട് എന്ന പ്രദേശത്ത് കാലാകാലങ്ങളായി ശ്രമിച്ചിട്ടും പൂർത്തിയാകാത്ത ഒരു റോഡുണ്ടായിരുന്നു. ഏതാണ്ട് പാടത്തിനപ്പുറവും ഇപ്പുറവും രണ്ടു കരപോലെ. മഴക്കാലത്ത് ജീവിതത്തെ സാരമായി ബാധിക്കുന്നു. അനുവദിച്ച ഫണ്ട് ചിലവഴിക്കാനാവാതെ സാങ്കേതിക തടസ്സം പറഞ്ഞ് പഞ്ചായത്തു സെക്രട്ടറിയുടെ ചുമതലയുള്ള ഉദ്യോഗസ്ഥന്റെ ഒടക്ക്. അനുവാദം തരേണ്ട സ്ഥലമുടമകൾ അതിനു തയ്യാറാകുന്നില്ല. ചിലർ വിദേശത്താണ്. ദീർഘനാളുകളുടെ നിരന്തര പരിശ്രമം. റോഡു പൂർത്തിയാക്കാൻ എന്തിനും തയ്യാറായി നിൽക്കുന്ന പ്രദേശവാസികളുടെ നിർലോഭമായ കൂട്ടായ്മ. റോഡ് പൂർത്തിയായപ്പോൾ അക്ഷരാർത്ഥത്തിൽ ഉത്സവതിമർപ്പായിരുന്നു. ഇപ്പോൾ അത്തരം കൂട്ടായ്മയുണ്ടാവാൻ പ്രയാസമാണ്.

തിരഞ്ഞെടുപ്പ് പ്രചരണത്തിനു ചെല്ലുമ്പോൾ ബുദ്ധിവളർച്ചയെത്താത്ത കൈയ്യിനും കാലിനും സ്വാധീനമില്ലാത്ത പയ്യൻ. നേരത്തെയറിയാം തീരെ വരുമാനമില്ലാത്ത കുടുംബം. കൂടെയുള്ളവർ പറഞ്ഞു. ഇവനൊരാഗ്രഹം ചേട്ടൻ ജയിച്ചാൽ കഷ്ടിച്ച് അരകിലോമീറ്റർ ദൂരെയുള്ള ദേശീയപാതയിൽ കൊണ്ടുപോയി റോഡും വാഹനവും കാണിക്കണം. ചെറിയ കാര്യം ഞാൻ ഉറപ്പു കൊടുത്തു. ജയിച്ചതിന് ശേഷം ഒരു വർഷം കഴിഞ്ഞപ്പോൾ വികലാംഗർക്കുള്ള വീൽചെയർ നാലോ അഞ്ചോയെണ്ണം പഞ്ചായത്തിനു ലഭിച്ചു. മറ്റുള്ളവരെ കാര്യം പറഞ്ഞ് ബോധ്യപ്പെടുത്തി. തികച്ചും അർഹതയുള്ള അവർക്ക് കൊടുത്തുകഴി

ഞ്ഞപ്പോൾ കണ്ണ നിറഞ്ഞത് അവരുടേത് ആയിരുന്നില്ല. ഞാനറിയാതെ എന്റേതായിരുന്നു.

പഞ്ചായത്തിൽ വീടുനിർമ്മിക്കുവാനുള്ള ഫണ്ടിന്റെ സ്റ്റേജ് സർട്ടിഫിക്കറ്റ് വ്യക്തിഗതഗുണഭോക്താക്കൾക്ക് ഏറ്റവും കൂടുതൽ നാളിതുവരെ ഒപ്പിട്ടു കൊടുത്തതു ഞാനായിരുന്നു. ആ റിക്കാർഡ് ഇനിയും ആരും തിരുത്തുമെന്ന് തോന്നുന്നില്ല. എനിക്ക് മുമ്പുണ്ടായിരുന്ന മെമ്പറുടെ കഠിനാധ്വാനം കൂടി കൊണ്ടായിരുന്നു. വീട് ലഭിച്ചവർ ഞങ്ങൾ വേറെ വഴിക്കാണ് വീട് വാങ്ങിയതെന്ന് പറഞ്ഞവരും ഉണ്ടായിരുന്നു. ആരെയും അംഗീകരിക്കാൻ ഒരു മനസ്സില്ലായ്മ.

അന്ന് കറന്റില്ലാതിരുന്ന ഒരു വീട്ടമ്മയുടെ സങ്കടം ദേഷ്യത്തിലാണ് എന്നോട് പ്രകടിപ്പിച്ചത്. തൊട്ടടുത്ത വാർഡിലായിരുന്നു എന്റെ വീട്. എല്ലാ കാര്യങ്ങളിലും അവരവരുടെ വീട്ടിൽ ചെന്നിടപെടുക എന്നതായിരുന്നു എന്റെ ശൈലി. ഈ വീട്ടമ്മയോട് എന്റെ വീട്ടിൽ വരാൻ പറഞ്ഞു. ശുപാർശ കത്തിനായി വൈകുന്നേരം വീട്ടിൽ വന്നു. മണ്ണെണ്ണ വിളക്കിന്റെ വെട്ടത്ത് വിറക് തീ പൂട്ടുന്ന അടുപ്പുമായി ഉറപ്പില്ലാത്ത വാതിലുള്ള ഒറ്റമുറി ടിൻഷീറ്റ് മേൽക്കൂര വീടു കണ്ടപ്പോൾ അവർ സ്വയം ഉരുകി പോയി. സങ്കടവും ദേഷ്യവും സ്നേഹമായും ആരാധനയായും രൂപാന്തരം പ്രാപിച്ചു. ഏതാണ്ട് രണ്ടായിരം രൂപ അലവൻസായി കിട്ടുന്ന തുക മാത്രമുള്ള വരുമാനം കൊണ്ട് റേഷൻ കടയെ ആശ്രയിച്ചായിരുന്നുഎന്റെ ജീവിതം. എന്റെ അവസ്ഥ കൊണ്ടാണോ വകുപ്പ ചുമതലയുള്ള രാഷ്ട്രീയക്കാരനായതു കൊണ്ടാണോയെന്നറിയില്ല റേഷൻകടക്കാരൻ ശിവൻചേട്ടൻ നന്നായി സഹായിച്ചിരുന്നു. ആരോടും ഒന്നും പറയാൻ പോയിട്ടില്ല. ഭാര്യ ഷൈനമോൾ കുട്ടികൾക്ക് ട്യൂഷനെടുക്കുന്ന തുച്ഛമായ വരുമാനവും കൂടെയുണ്ടായിരുന്നു. ദാരിദ്ര്യം എല്ലാക്കാലത്തും ആഘോഷിക്കുകയായിരുന്നു. പുറം കാഴ്ച്ച അങ്ങിനെയായിരുന്നില്ല.

എ എസ് കനാലിന്റെ തീരത്തുണ്ടായിരുന്ന പുറമ്പോക്കിലെ പാലമരം കുറച്ച് പേർ ചേർന്നു വെട്ടുന്നു. സൈക്കിളിൽ പഞ്ചായത്തിലേക്ക് പോകുമ്പോൾ കണ്ടുവെങ്കിലും വേണ്ടത്ര ഗൗനിച്ചില്ല. തിരിച്ചു വരുമ്പോൾ ഒരാളുടെ ചോദ്യം 'അല്ല മെമ്പർ കൂടി അറിഞ്ഞു കൊണ്ടാണോ പുറമ്പോക്കിലെ മരം മുറിച്ചു കടത്തുന്നത്' ഞാൻ ചെന്ന് തടസ്സം പറയുകയും പഞ്ചായത്ത് സെക്രട്ടറിയെ സ്ഥലത്തേക്ക് വിടുകയും ചെയ്തു. എന്നിട്ടും അവരനുസരിക്കാൻ തയ്യാറായില്ല. പഞ്ചായത്തിൽ നിന്നും പരാതി തയ്യാറാക്കി സെക്രട്ടറി ഒപ്പും സീലും വച്ച് പോലീസ് സ്റ്റേഷനിൽ കൊടുത്തു. ഐ.പി.എസ്. കാരനായ ഉദ്യോഗസ്ഥൻ എസ്.ഐ

യുടെ ട്രയിനിംഗിൽ മാരാരിക്കുളം പോലീസ് സ്റ്റേഷനിൽ ചുമതലയു ള്ള സമയം. പരാതി കൊടുത്തിട്ട് ഞാൻ വീട്ടിൽ വരുന്നതിന് മുൻപ് പോലീസ് ജീപ്പെത്തി കേസാക്കി. എന്നോട് പരാതി പറഞ്ഞ ആൾ തന്നെ അവരെ ജാമ്യത്തിലിറക്കാൻ ശ്രമിക്കുകയും എല്ലാ കാര്യങ്ങ ൾക്കും മുന്നിൽ നിൽക്കുകയും ചെയ്തു. പ്രതികളെ റിമാൻഡ് ചെയ്തു. ഞാ നൊരിക്കലും അത്രയും പ്രതീക്ഷിച്ചില്ല. മനോവിഷമം തോന്നി.

പിന്നീടൊരിക്കൽ ഒരാൾ വീടിന് മുൻപിൽ പുറമ്പോക്കിൽ നിന്ന കപ്പിലുമാവു വെട്ടി വിറകിനു വേണ്ടിയെടുക്കുമ്പോൾ ആ വഴിയിലൂടെ ഞാൻ സൈക്കിളിൽ പോയി. മാവു വെട്ടിയവർ രാവിലെ വീട്ടിൽ വന്ന് പട്ടാങ്ങ് പറയുന്നു. ഉപദ്രവിക്കരുത്. എന്റെ മനസ്സിൽ അങ്ങനെയൊ രു ചിന്തപോലും ഉണ്ടായിരുന്നില്ല. ജനത്തിന് പ്രയോജനപ്പെടാത്ത തൊന്നും ജനാധിപത്യമല്ല. ജനപ്രതിനിധിയാണെങ്കിൽ പോലും.

കുടുംബശ്രീയും സ്വാശ്രയ സംഘങ്ങളും രൂപീകരിച്ചു വരുന്ന സമയം. എല്ലാം രൂപീകരിക്കാൻ സജീവമായി നിന്നെങ്കിലും ഞാനൊന്നിനും ചേർന്നില്ല. പാർട്ടി മെമ്പർഷിപ്പില്ലാതെ മറ്റൊരു മെമ്പർഷിപ്പും വേണ്ട ന്ന നിലപാടായിരുന്നു.

ആദ്യകാല കുടുംബശ്രീയോഗം. വാറ്റിനെക്കുറിച്ച് ഗൗരവമായ ചർച്ച. ആനുകാലിക വിഷയങ്ങളിൽ ചർച്ച ചെയ്യണമെന്ന നിർദ്ദേശ പ്രകാരമാണ്. വാറ്റ് കാരണം കുടുംബങ്ങൾ തകരുന്നു എന്നു തുടങ്ങി മദ്യപാനത്തിന്റെ എല്ലാ ദോഷങ്ങളും ചർച്ച ചെയ്യുകയാണ്. ഞാൻ പെട്ടുപോയി value added tax ആണെന്ന് എങ്ങിനെ പറഞ്ഞു മന സ്സിലാക്കാനാണ്. കുടുംബശ്രീ പ്രസിഡന്റ് വന്ദേഭാരതം എക്സ്പ്രസ്സി ന്റെ വേഗത്തിൽ കുതിക്കുകയാണ്. വേറൊരു യോഗം ഉണ്ടെന്ന് പറ ഞ്ഞ് ഞാൻ വിഷയം മാറ്റി സ്ഥലം വിട്ടു. ഇപ്പോൾ കുടുംബശ്രീ തന്നെ കെ റെയിലിന്റെ വേഗത്തെക്കാൾ മുന്നിലാണെന്ന് പറയേണ്ടതില്ല ല്ലോ. കുടുംബശ്രീ പ്രവർത്തകർ എത്ര സ്നേഹത്തോടും ആദരവോടും കൂടിയാണ് എന്നോട് സഹകരിച്ചത്.

പാട്ടുത്തുവെളി ബണ്ടിന് സമീപം അനുവാദം കിട്ടിയിട്ടും പണിയാ ൻ കഴിയാത്ത അംഗൻവാടി. കടലാസിലുണ്ടായിരുന്ന എസ്റ്റിമേറ്റ് തുക ഒട്ടും തികയില്ല. പുതുക്കാനും കഴിയില്ല. നാട്ടുകാരുടെ സഹായ ത്തോടെ കെട്ടിടത്തിനാവശ്യമായ തടിയും ഓടും മറ്റുപ്പനങ്ങളും സംഭരി ച്ച് പൂർത്തിയാക്കിയത് മാസങ്ങളുടെ അദ്ധ്വാനഫലമായിരുന്നു. ഉത്സ വാന്തരീക്ഷത്തിലാണ് ഉദ്ഘാടനം നടന്നത്.

അതുകഴിഞ്ഞപ്പോൾ വാർഡിന്റെ ഓരോ പരിപാടിയും അവിടം കേന്ദ്രീകരിച്ചായിരുന്നു. അംഗൻവാടിയുടെ മുന്നിൽ ഉണ്ടായിരുന്ന

പഞ്ചായത്തു സ്ഥലം ചില വ്യക്തികൾ കൃഷിചെയ്തു വരികയായിരുന്നു. കുറേ നാളുകളോളം വില്ലേജ്, താലൂക്ക് ഓഫീസുകൾ കയറിയിറങ്ങി ആരുടെയും എതിർപ്പില്ലാതെ അളന്നു തിട്ടപ്പെടുത്തി കൈവശമാക്കുകയും ചെയ്തു. അവിടെയാണ് പിന്നീട് ബഡ്സ് സ്കൂൾ വന്നത്.

പണ്ട് പഞ്ചായത്തുകൾ ശല്യക്കാരായ പട്ടിയെ പിടിച്ചുമാറ്റുന്ന കാലം. നാട്ടുകാരുടെ പരാതി കൂടി വന്നപ്പോൾ പഞ്ചായത്ത് കമ്മറ്റി പട്ടിയെ പിടിക്കാൻ തീരുമാനിച്ചു. പിടിക്കാനുള്ള ആളെ കിട്ടാനില്ല. തിരുവിഴ സ്കൂളിൽ എന്നോടൊപ്പം പഠിച്ച കൂട്ടുകാരൻ ഒരു ദിവസം എന്നെ തിരക്കി വീട്ടിൽ വന്നു. നാലാം ക്ലാസ്സിനു ശേഷം അവൻ പഠിത്തം നിർത്തി. കിട്ടുന്ന എല്ലാ ജോലിയും ചെയ്ത് നല്ല വരുമാനം കുടുംബസമേതം സുഖമായ ജീവിതം. അവൻ കാര്യം പറയുന്നു. പിന്നെ നീയെന്റെ കൂട്ടുകാരനല്ലേ. പിന്നെന്താ... നിനക്കിപ്പോളൊരു സംശയം. അല്ല ഒരു സഹായം നീയിങ്ങനെ നേതാവായിരിക്കുമ്പോ ഞാൻ നിന്റെയടുത്തല്ലേ വരേണ്ടത്. കാര്യം പറയടാ... പഞ്ചായത്തിലെ പട്ടി പിടിക്കുന്നത് എനിക്കു തന്നു സഹായിക്കണം. ഇത്രയുള്ളോ ഇപ്പോ തന്നെ നിനക്കു തന്നിരിക്കുന്നു. പട്ടിയെ പല വാർഡുകളിലും പിടിച്ചതിന്റെ എണ്ണം പറഞ്ഞു ഞാൻ സാക്ഷ്യപത്രം കൊടുക്കണം. അവന്റെ ഒരു കണക്ക്. എടാ നീ ഉള്ളതു പറ അവന്റെ മറുപടി നിന്റയിഷ്ടം. അവൻ പറഞ്ഞ കണക്കിനേക്കാൾ കൂടുതൽ എണ്ണത്തിന്റെ സാക്ഷ്യപത്രം കൊടുത്തു. തിരുവിഴ സ്കൂളിൽ ഒരു മീറ്റിംഗിന് ചെന്നപ്പോൾ അവൻ അവിടെ ഹാജരുണ്ട്. എടാ ... നീയി സൈക്കിളിന്റെ പുറകിലോട്ടു കേറിക്കേ. ങും.. എന്താകാര്യം. അവിടെ ഒരു കള്ളുഷാപ്പുണ്ട്. നല്ല നീർമീൻ കറിയെല്ലാമുണ്ട് നമുക്കവിടെപ്പോയി കള്ളു കുടിക്കാം.. ഞാനവനോടു വഴക്കിട്ടു. എടാ ഞാനിവിടെ പരിപാടിക്കു വന്നതാണ്. നീയിതു നേരത്തെ പറയണ്ടേ. അവനു സങ്കടം എന്നാ പിന്നെ വേറൊരു ദിവസമാകാം. അവനിന്ന് ജീവിച്ചിരുപ്പില്ല.

കാഴ്ചയില്ലാത്ത ഒരാൾ എന്നോടു പറഞ്ഞു. എന്റെ ഒച്ച തിരിച്ചറിയാം. മെമ്പറേ... ഇപ്പോ വഴിവിളക്കൊന്നും കത്തുന്നില്ലല്ലോ. കൃത്യമായ മോണിറ്ററിംഗ്. പുരുഷൻ ചേട്ടൻ കല്ല്യാണം കഴിച്ചിട്ടില്ല. സ്വന്തമായി സ്ഥലവുമില്ല കാണുമ്പോഴൊക്കെ പറയും പിന്നെ പഞ്ചായത്തിന്റെ വീടു വല്ലതും മിച്ചമുണ്ടോ..അല്ല പിന്നെ മതി. മെമ്പറായിരിക്കുമ്പോഴും വൈസ്പ്രസിഡന്റായിരിക്കുമ്പോഴും ഇതൊരായിരം തവണ ചേട്ടൻ പറഞ്ഞിട്ടുണ്ട്. പുരുഷൻ ചേട്ടനിപ്പോഴും വീടില്ല.

പഞ്ചായത്ത് മെമ്പർമാരും ജനങ്ങളും തമ്മിൽ ഇപ്പോൾ അഞ്ചു വർഷക്കാലത്തെ ബന്ധമേ നിലനിൽക്കുന്നുള്ളു. മിക്കയാളുകൾക്കും

സംവരണം കാരണം തുടർ മത്സരം സാധ്യമല്ലല്ലോ. അങ്ങോട്ടും ഇങ്ങോട്ടും അങ്ങനെ തന്നെ. സ്ഥാനനഷ്ടം ഒരർത്ഥത്തിൽ മാനഹാനിയാണ്. അധികാരം ഒഴിഞ്ഞാൽ പിന്നെ കണ്ടഭാവം ഉണ്ടാവാറില്ല. വിഗ്രഹം ചുമക്കുന്ന കഴുതപ്പോലെയാണ്. തൊഴുന്നത് വിഗ്രഹത്തെയാണെന്ന് മനസ്സിലാക്കാനുള്ള ബുദ്ധിയില്ലാത്തതുകൊണ്ടാണ് കഴുതയായിപ്പോയത്.

കുടിവയ്പ്പ്

മഴയിലും മഞ്ഞിലും വെയിലിലും നിന്ന് രക്ഷനേടാനുള്ള ഇടമെന്ന തിനേക്കാളുപരി ആത്മീയ സങ്കല്പങ്ങളുടെയും ഭൗതിക യാഥാർത്ഥ്യ ങ്ങളുടെയും സങ്കലനമാണ് വീട്. സമസ്ത കുടുംബാംഗങ്ങളുടെയും അഭ യസ്ഥാനം. മനസ്സുഖത്തിന്റെയും ശ്രേയസ്സിന്റെയും അടിസ്ഥാനം. പഴ യകാലത്ത് ഏറ്റവും വലിയ വീട് നമ്പൂതിരിമാർക്കായിരുന്നു.

ഏറ്റവും ഉന്നതമായ വീട് അതിന്റെ അഞ്ചു മൈൽ ചുറ്റളവിൽ നിന്നു ലഭിക്കുന്ന സാധന സാമഗ്രികൾ കൊണ്ടു നിർമ്മിക്കുന്നവയായിരി ക്കണമെന്നാണ് ഗാന്ധിജി നിർദ്ദേശിച്ചത്. ഈ രീതിയിൽ അതിനു മുൻപേ നിർമ്മിച്ച വീടായിരുന്നു ചെമ്പഴന്തിയിലെ ശ്രീനാരായണഗു രുവിന്റെ വയൽവാരം. ലോക പ്രശസ്തനായ വാസ്തുശിൽപ്പി ലോയ്ഡ് റൈറ്റ് പറഞ്ഞിട്ടുണ്ട് ഭൂപ്രകൃതി തന്നെയാണ് ഉത്കൃഷ്ടമായ വാസ്തു ശി ൽപമെന്ന്. ഞാനൊരു മഹാനഗരം പണിയുമെങ്കിൽ അത് കേരള ത്തിന്റെ മാതൃകയിലായിരിക്കും.

വീട് എന്നത് ഒരു സ്വർഗ്ഗീയ അനുഭവമാണ്. ചേക്കേറാനുള്ള ഒരിടം മാത്രമല്ലല്ലോ. കൂടുകൂട്ടുന്നതിൽ കൂടുതൽ ജാഗ്രതയുള്ളത് കാക്ക കൾക്കാണ്. മുട്ടയിടുന്നതിന് മുൻപായി കൂട്ടം വെടിഞ്ഞ് തന്റെ ഇണ യുമായി മാത്രമായിരിക്കും ബന്ധം. എല്ലാ സാധനങ്ങളുപയോഗിച്ചും കൂടുകൂട്ടും. അതെല്ലാം കൂടുതലും സംഭരിക്കുന്നത് പെൺകാക്കയാണ്. ഒന്നിച്ചാണ് പാറുന്നതെങ്കിലും ആൺകാക്ക കൊത്തിക്കൊണ്ടു വരു ന്നതെല്ലാം അവളെയേൽപ്പിക്കും. അവളാണ് കൂടുമെനയുന്നത്. മുട്ടവി രിയുന്നതു വരെ സംരക്ഷകനായി പാറിപ്പറന്ന് ആൺകാക്ക ചുറ്റുമുണ്ടാ കും. ഈ സമയങ്ങളിൽ രണ്ടുപേരുടെയും കണ്ണുവെട്ടിച്ചാണ് കുയിൽ വന്നു മുട്ടയിടുന്നത്. കാകദൃഷ്ടിയെ മറികടക്കാൻ പ്രയാസമാണ്. മുട്ട വിരിഞ്ഞാൽ കൂടുപേക്ഷിക്കും. തൂക്കണാംകുരുവിയുടെ കൂടാണ് കലാ പരവും കൂടുതൽ സുരക്ഷിതവും. ആൺകിളികൾ പകുതി കൂടുതീർക്കും പെൺകുരുവിക്ക് കൂടു ഇഷ്ടപ്പെട്ടാൽ വന്നു താമസമാകും. അങ്ങിനെ യാണ് ഇണയെ തിരഞ്ഞെടുക്കുന്നത്. തലകീഴായിട്ടാണ് കൂടുതീർക്കു

ന്നത്. ആൺകുരുവി വേറെയും കൂട് തീർത്തിരിക്കും. ഇതു കഴിഞ്ഞാൽ അടുത്ത ബന്ധമാണ്. ബാക്കി പകുതി കൂട്ടു തീർക്കാനിഷ്ടമുള്ള പെൺകിളികൾക്കു വേണ്ടി കാത്തിരിപ്പാണ്.

അങ്ങാടികുരുവികൾക്ക് നഗരങ്ങളും പട്ടണങ്ങളും ഗ്രാമങ്ങളുമാണ് വാസസ്ഥലങ്ങൾ. പൊതുവെ കാടുകളോടും പുൽമേടുകളോടും ഇഷ്ടം കാണിക്കാറില്ല മനുഷ്യർ വസിക്കുന്ന സ്ഥലങ്ങളിൽ കഴിയാനാണ് താൽപര്യം. അങ്ങാടികളിലെ കടകളുടെ ചുവരിലെ മാളങ്ങളിലും വിടവുകളിലും മച്ചിലും കൂടൊരുക്കും പുല്ലും ഇലകളും നാരും ചേർത്താണ് കൂടൊരുക്കുന്നത്.

നമ്മുടെ മനസ്സു കൊണ്ടും ഹൃദയം കൊണ്ടുമാണ് വീട് പണിയുന്നത്. ഞാനാദ്യം താമസിച്ചത് അച്ഛന്റെ കുടുംബ വീട്ടിലാണ്. അച്ഛൻ താമസം മാറിയപ്പോൾ അങ്ങോട്ടായി പൊറുതി. അവിടെ നിന്നും രാജകീയ സൗകര്യമുള്ള എന്റെ ബംഗ്ലാവിലേയ്ക്കു മാറി. അടുക്കളയും തീൻമുറിയും കിടപ്പുമുറിയും സ്വീകരണമുറിയുമെല്ലാം ടിൻഷീറ്റിന്റെ മേൽക്കൂരയ്ക്കു കീഴെ ഒറ്റമുറിയിലൊതുക്കി. കുറേക്കാലം സസുഖം വാണു. അടിത്തറയെന്ന അനാവശ്യ കാര്യമില്ലാത്തതിനാൽ മഴ ശക്തമാകുമ്പോൾ വെള്ളം അകത്തേയ്ക്ക് ചാലുകീറും. തുലാമാസ രാവിലെ ഇടിവെട്ടുന്ന ശബ്ദം, മിന്നലിന്റെ വെളിച്ചവും കൂടി ആകുമ്പോൾ ഭീകരാവസ്ഥയാണ്. മഴക്കാലം പേടി മാസമായിരുന്നു. വീടുണ്ടാക്കണമെന്നു വിചാരിച്ചാൽ ഞങ്ങൾ രണ്ടാളും കൂടി കൂട്ടിയാൽ എന്താകാനാണ്. പിടിപ്പുകേട് എന്നല്ലാതെന്തു പറയാൻ.

അപ്പോഴാണ് ബ്ലോക്ക് പഞ്ചായത്തിന്റെ വീട് കിട്ടുന്നത് 35000/- രൂപ കിട്ടും. ബാക്കിയുണ്ടാക്കണം. വീട് നിർമ്മാണത്തിനുള്ള ചില സാധനങ്ങളെല്ലാമുണ്ടായിരുന്നു. വീട് പണി നടക്കുമ്പോഴും ഞാൻ പാർട്ടി പ്രവർത്തനത്തിലായിരുന്നു. മേശരിമാർ വരുമ്പോഴാണ് ആവശ്യത്തിന് സിമന്റെടുക്കുന്നത്. കടയിൽ നിന്നും സിമന്റെടുക്കാൻ ആളില്ല. വീട്ടിൽ ഭാര്യ മാത്രം. ഞാൻ വരാൻ വൈകും. പാർട്ടിക്കാരനും അയൽവാസിയുമായ ഒരാളോട് പറഞ്ഞപ്പോൾ അസൗകര്യം. അദ്ദേഹത്തിന് ജോലിക്ക് പോകണം. കയർ ഫാക്ടറിയിലെ ആ ജോലി ഞാൻ കൂടി ശക്തമായി ശുപാർശ ചെയ്ത് വാങ്ങിയതാണ്. ആവശ്യം പറഞ്ഞാൽ ഏതു തരത്തിലും സഹായിക്കാനാളുണ്ടായിരുന്നു. ആരോടും ഒന്നും പറയാൻ പോയില്ല.

ഒരു വിധത്തിൽ സംഭവം തല്ലിക്കൂട്ടി. ആചാരങ്ങളോട് അത്ര വലിയ പ്രതിപത്തി ഉണ്ടായിരുന്നില്ല. ഒന്നിനോടും എതിർപ്പ് പ്രകടിപ്പിച്ചിട്ടുമില്ല. മനസ്സ് അങ്ങനെ പാകമായിരുന്നു. ഗൃഹപ്രവേശം നടക്കുമ്പോൾ

ചടങ്ങിനായി അപ്പോഴാരോ ബന്ധപ്പെട്ടവർ നിർബന്ധം പിടിച്ചതനു സരിച്ച് ഒരു ഊരുപെട്ടി സംഘടിപ്പിച്ചു. അത് തലയിൽ വച്ച് കൊണ്ട് ആചാരപൂർവ്വം അച്ഛൻ വീടിന് വലംവച്ചു. സാധാരണ പഞ്ചലോഹ വും നാണയവും മറ്റ് പലതും വയ്ക്കേണ്ടതാണ്. പിന്നീടാണറിഞ്ഞത് അതിൽ പൂവുപോലും ഉണ്ടായിരുന്നില്ലായെന്നത്. അങ്ങനെ അന്നും ഇന്നും കാലിപ്പെട്ടിയുടെ കാവൽക്കാരനായി തുടരുന്നു.

കുടിൽ കെട്ടിയപ്പോഴും ഈ വീട് വച്ചപ്പോഴും വീടിനു ചുറ്റും പൂക്കളു ണ്ടാകുന്ന ചെടി വച്ച് മനോഹരമാക്കാൻ ശ്രദ്ധിച്ചിരുന്നു. ഭൂമിയിലെ ഏറ്റവും മനോഹരമായ സൃഷ്ടിയാണ് പൂക്കൾ. ലളിതമായ പൂക്കളാ ണ് കൂടുതൽ സുഗന്ധവാഹികളാകുന്നത്.

കുമരകം ബോട്ടപകടം

2002 ജൂലൈ 27ന് കോട്ടയത്തു വച്ചു നടക്കുന്ന ലാസ്റ്റ് ഗ്രേഡ് പരീക്ഷയെഴുതാൻ ഭാര്യയോടൊപ്പം ഞാനും മുഹമ്മയിൽ നിന്നും പുറപ്പെടുന്ന എ- 53-ാം നമ്പർ ബോട്ടിൽ കയറി. രാവിലെ അഞ്ചരയ്ക്കാണ് ബോട്ട് പുറപ്പെടുന്നത്. അന്ന് മകൻ കാളിദാസന് ഒരു വയസ്സ പ്രായമായിരുന്നു. മകനുമായി പോകാനുള്ള തീരുമാനം അവസാന നിമിഷം മാറ്റുകയായിരുന്നു. 120-ഓളം പേർക്ക് യാത്രചെയ്യാവുന്ന ബോട്ടിൽ മുന്നൂറോളം യാത്രക്കാരണ് ഇടിച്ചു തള്ളിക്കയറിയത്. കുമരകത്തെത്തുവാൻ ഏതാണ്ട് മൂന്നുകിലോമീറ്ററോളം ദൂരമുള്ളപ്പോഴാണ് ബോട്ടിൽ വെള്ളം കയറാൻ തുടങ്ങിയത്. പേടിച്ച് യാത്രക്കാർ ഒരു വശത്തേയ്ക്ക് മാറുമ്പോൾ ബോട്ട് അങ്ങോട്ട് ചരിയും തിരിച്ചും. ഇതാവർത്തിച്ചു കൊണ്ടേയിരുന്നു. അപ്പോഴുള്ള വാവിട്ട മരണ നിലവിളി ഇപ്പോഴും കാതുകളിൽ മുഴങ്ങുന്നുണ്ട്. യാത്രികർ എല്ലാവരും കരുതി ജീവിതം അവസാനിച്ചെന്ന്. ഭാര്യ എന്നോട് ചേർന്നു നിന്നിരുന്നു. എല്ലാപിടിയും വിട്ടതുകൊണ്ട് ഞാനൊന്നും ശ്രദ്ധിച്ചില്ല. എനിക്ക് നീന്തൽ അറിയാം. അതുകൊണ്ടെന്തു കാര്യം?

അവസാനം അതു തന്നെ സംഭവിച്ചു. ബോട്ട് തലകീഴായി മറിഞ്ഞു. ബോട്ടിനടിയിൽ കുറച്ച് പേർ പെട്ടുപോയി. ഞങ്ങൾ ബോട്ടിൽ പിടിച്ചു കിടന്നു. ഏതാണ്ട് നാൽപതു മിനിറ്റോളം എന്തും സംഭവിക്കാവുന്ന അവസ്ഥ. എത്രയുറക്കെ വിളിച്ചാലും ആരും കേൾക്കാനില്ല.

കായലിൽ ഡ്രഡ്ജിംഗ് നടത്തുന്നവരാണ് ആദ്യം കണ്ടത്. കുറച്ചു കഴിഞ്ഞപ്പോൾ ഒരു വള്ളക്കാരൻ ദൂരെ വന്നു പറഞ്ഞു 'പേടിക്കേണ്ട ബോട്ട് മണ്ണിലുറച്ച് കിടക്കുകയാണ്.' അപ്പോഴും ബോട്ടിനകത്തു നിന്നും ഇടിക്കുന്ന ഒച്ച കേൾക്കാമായിരുന്നു.

കുറെക്കഴിഞ്ഞപ്പോൾ വള്ളങ്ങൾ അണിനിരന്നു. ഇത്രയും വള്ളങ്ങൾ എവിടെ നിന്നാണ് വന്നതെന്ന് അദ്ഭുതപ്പെട്ടു. ഏതാണ്ട് കരയിലേതുപോലെ ഓടി നടക്കാവുന്ന പരുവത്തിൽ വള്ളങ്ങൾ അടുങ്ങിക്കിടക്കുന്നു. അവസാനത്തെ ആളുകളോടൊപ്പമാണ് ഞങ്ങൾ അവിടെ

നിന്നും പോന്നത്. കുമരകം ബോട്ട് ജെട്ടിയിലെത്തുമ്പോൾ വാർത്ത ലോകം മുഴുവനും അറിഞ്ഞിരുന്നു. കരയിൽ ആളുകൾ തിങ്ങിനിറഞ്ഞിരുന്നു. ഓട്ടോറിക്ഷകൾ അപകടത്തിൽപ്പെട്ടവരെയും കൊണ്ട് ആംബുലൻസിനെപ്പോലെ പായുകയാണ്. അന്ന് മൊബൈൽ ഫോൺ സാർവത്രികമായിരുന്നില്ല. മൊബൈൽ ഫോൺ കൈവശമുള്ളവർ ഞങ്ങളുടെ പുറകെ നടക്കുന്നു. എവിടെ വേണമെങ്കിലും വിളിച്ചോളൂ. കുമരകംകാരെ എത്ര തവണ അഭിനന്ദിച്ചാലും മതിയാവില്ല. അത്തരത്തിലുള്ള ഇടപെടലുകളായിരുന്നു.

ഞങ്ങൾ അവിടുത്തെ ബി എസ് എൻ എൽ ഓഫീസിൽ കയറി ഉള്ള വസ്ത്രങ്ങൾ പിഴിഞ്ഞുടുത്തു. എന്റെ ഭാര്യ പുതിയ പട്ടുസാരിയാണ് ഉടുത്തിരുന്നത്. നനഞ്ഞാൽ ഭയങ്കര ഭാരമായിരിക്കും. അതുമായി പൊങ്ങി വരാൻ വലിയ പ്രയാസമാണ്. എന്റെ കൈയ്യിൽ പിടിച്ചാണ് പൊങ്ങിവന്നതെന്നാണ് അവളുടെ ഓർമ്മ. എനിക്കത്ര ഓർമ്മയില്ല. ഭാര്യയുടെ ബന്ധുക്കൾ കാറുമായി വന്നു. ഞങ്ങൾ അതിൽ കയറി ഭാര്യയുടെ വീട്ടിലെത്തി. വാർത്താമാധ്യമങ്ങൾ ഇടതടവില്ലാതെ റിപ്പോർട്ട് ചെയ്തു കൊണ്ടേയിരുന്നു.

എന്റെ വീട് ഭാര്യയുടെ വീട്ടിൽ നിന്നും ഒരു കിലോമീറ്റർ പടിഞ്ഞാറു ഭാഗത്താണ്. വിവരം അറിഞ്ഞ് ഒരു പൂരത്തിനുള്ള ആൾക്കൂട്ടം എന്റെ വീട്ടിലെത്തിച്ചേർന്നു. വാർത്ത പലതരത്തിലാണാൾക്കാർ അറിഞ്ഞത്. അന്നു ഞാൻ ഗ്രാമപഞ്ചായത്തംഗവും കൂടി ആയിരുന്നു.

അതിന്റെ പിന്നിലൊരു കഥയുണ്ട്. നിലവിലുണ്ടായിരുന്ന പഞ്ചായത്തംഗം മരിച്ച ഒഴിവിലേക്കുള്ള ഉപതിരഞ്ഞെടുപ്പിലാണ് ഞാൻ മത്സരിച്ചത്. അത് വീണ്ടും ആവർത്തിച്ചുവെന്നാണ് പലരും ആദ്യവർത്തയിലറിഞ്ഞത്. പിറ്റേദിവസമാണ് ഞാൻഅടുത്തുള്ള എന്റെ വീട്ടിലേയ്ക്കെത്തിയത്. അപ്പോഴും ആൾക്കൂട്ടം ഒഴിഞ്ഞിരുന്നില്ല. വാർത്ത വന്ന പത്രവും നോക്കാൻ തന്നെ എനിക്കു ഭയമായിരുന്നു. അതിനുശേഷം ബോട്ടിലുള്ള സഞ്ചാരം തന്നെ ഏതാണ്ടൊഴിവാക്കി. വിവരം അറിഞ്ഞെത്തിയ നേതാക്കളിൽ സി.കെ. ചന്ദ്രപ്പന്റെയും ഭാര്യ ബുല്റോയ് ചൗധരിയുടെയും മുഖമാണ് എനിക്കോർമ്മയുള്ളത്. ചന്ദ്രപ്പൻ ചേട്ടനുമായി ദീർഘകാല സൗഹൃദം ഉണ്ടായിരുന്നു. അദ്ദേഹത്തിന്റെ ജീവിതത്തിന്റെ അവസാന നിമിഷം ലേക് ഷോറിലും തിരുവനന്തപുരം എയിംസ്ലും മോർച്ചറിയുടെ മുന്നിലും ഞാനുണ്ടായിരുന്നു. അമ്മ മരിച്ചപ്പോൾ രമണ മഹർഷി അന്തർലയനം എന്ന വാക്കാണുപയോഗിച്ചത്.

ബോട്ടപകടവുമായി ബന്ധപ്പെട്ട് ഞങ്ങൾ ആശുപത്രിയിലൊന്നും ചികിത്സയ്ക്കായി പോയില്ല. ഒരാനുകൂല്യവും കൈപ്പറ്റാനും തുനിഞ്ഞി

ല്ല. പിന്നീട് കമ്മീഷന്റെ മുൻപിൽ പലതവണ തെളിവെടുപ്പിനായി ഞാനും മുഹമ്മ ഗ്രാമപഞ്ചായത്ത് വൈസ് പ്രസിഡന്റായിരുന്ന ബിമൽറോയിയും പലതവണ പോയിരുന്നു. ഒന്നിനും ഒരു ഫലവും കണ്ടില്ല. ഒരു തവണ തെളിവെടുപ്പിന്റെ സിറ്റിംഗ് കഴിഞ്ഞ് ഒരു ബാർ ഹോട്ടലിൽ ഞങ്ങൾ ഉച്ചഭക്ഷണം കഴിക്കാൻ കയറിയപ്പോൾ തൊട്ടടുത്ത് നവാബ് രാജേന്ദ്രനും വന്നിരുന്നു. ഒരാരാധകൻ വന്ന് ഞാനൊരു പെഗ്ഗ് ഓർഡർ ചെയ്യട്ടേയെന്നു ചോദിച്ചപ്പോൾ അദ്ദേഹം പോടോ താൻ തന്റെ സീറ്റിലിരിയെടോ എന്ന് ഉറക്കെ ദേഷ്യപ്പെട്ടു, ഞങ്ങൾ ഊണ് മാത്രം കഴിച്ചു തിരിച്ചുപോരുമ്പോഴും അദ്ദേഹം ഒരു സോഡ മാത്രം കഴിച്ചു കൊണ്ട് ആലോചനയിലായിരുന്നു.

അപകടത്തിൽ നിന്നും രക്ഷപെട്ട് ആദ്യം കരയ്ക്കെത്തിയ ചിലർ പരീക്ഷയെഴുതിയെന്ന് പിന്നീടറിയാൻ കഴിഞ്ഞു. ചാനലുകളുടെ അഭിമുഖത്തിൽ ഈ നടപടിയെ ഞാൻ നിശിതമായി എതിർത്തിരുന്നു. ഇവർക്ക് എന്ത് സാമൂഹിക പ്രതിബദ്ധതയാണുള്ളത്.

രണ്ടാം ജന്മം ഒരപൂർവ്വ അനുഭവമാണ്. നല്ലതു കേട്ടാലും ചീത്ത കേട്ടാലും എല്ലാം ഒരു പോലെ. ഒരു സന്യാസ ചിന്ത. മറക്കാനാവാത്ത അനുഭവത്തിന്റെ ശിഷ്ട ജീവിതം ഇതേവരെയുള്ള ജീവിതത്തിന്റെ ബോണസ്സാണ്.

കരിമരുന്ന് ഗന്ധമുള്ള കായലോരം

ഐതിഹാസികമായ മാരാരിക്കുളം സമരത്തിന്റെ വാർഷിക വാരാചരണങ്ങൾ ശരിക്കും പ്രദേശത്തിന്റെ വികാരമാണ്. സമരവീര്യം ചോർന്നു പോകാതെ ആചരിക്കുകയാണ്. ഇപ്പോൾ ദേശീയ പാതയായിട്ടുള്ളതു മാത്രമാണ് അന്ന് ഗതാഗതയോഗ്യമായിട്ടുണ്ടായിരുന്നത്. 1860 ലാണി റോഡു വെട്ടുന്നത്. പുന്നപ്രയിൽ നിന്ന് പട്ടാളത്തിന് വയലാറിലേക്ക് പോകാൻ ഈ വഴി മാത്രമാണുള്ളത്. അല്ലെങ്കിൽ കായൽ വഴി ബോട്ടിൽ പോകണം. പട്ടാളവണ്ടി പോകാതിരിക്കാനാണ് മാരാരിക്കുളം പാലം സമരക്കാർ പൊളിക്കുന്നത്. ഒരു പാലം പൊളിക്കുന്നത് ഇന്നത്തെക്കാലത്ത് നിഷ്പ്രയാസമാണ്. അന്നത്തെ ഭൗതിക സാമൂഹിക സാഹചര്യവുമായി ബന്ധപ്പെടുത്തി ചിന്തിച്ചാലും പുതിയ കാലത്ത് അത്രയും ഗൗരവം ഉണ്ടാകണമെന്നില്ല.

1946 ഒക്ടോബർ 25 (1192 തുലാം 8) നാണ് ആദ്യം മാരാരിക്കുളം പാലം പൊളിക്കുന്നത്. വാഹനങ്ങളുടെ വീലു പോകാൻ കഴിയുന്ന ഇരുമ്പ് ദണ്ഡുകൾ വച്ചാണ് പട്ടാളക്കാർ പൊളിഞ്ഞ പാലം നന്നാക്കുന്നത്. ഇത് താൽക്കാലിക പാലമാണ്. ഇതു പൊളിക്കാൻ മുന്നൂറോളം വാളണ്ടിയർമാരും നാട്ടുകാരും ചേർന്ന് വന്നപ്പോഴാണ് പ്രതീക്ഷിക്കാതെ വെടിവെയ്പ്പ് നടന്നത്. ഒഴിഞ്ഞ വീടുകളിലും കപ്പിലുമാവിന്റെയും പുന്നമരത്തിന്റേയും വൃക്ഷത്തലപ്പുകളിലും പുതുങ്ങിയിരുന്ന പട്ടാളക്കാരാണ് വെടിയുതിർത്തത്.

മുഹമ്മയിലായിരുന്നു പോലീസ് സ്റ്റേഷൻ. പിന്നീട് സിനിമാ നടനായ സത്യൻ എന്ന സത്യനേശൻ നാടാരായിരുന്നു സബ്ബ് ഇൻസ്പെക്ടർ. യാതൊരു ദയയും പ്രകടിപ്പിക്കാത്ത ഉദ്യോഗസ്ഥൻ. കൊടിയ മർദ്ദനവും ജീവിത ദുരിതങ്ങളും ആരെക്കൊണ്ടും വാരിക്കുന്തം എടുപ്പിക്കുന്നതായിരുന്നു സാഹചര്യം.

സമരത്തിൽ പങ്കെടുത്തവർ ചരിത്രമെഴുതിയാൽ പൂർണ്ണമാകണ

മെന്നില്ല. സമര ചരിത്രമെഴുതാൻ പറ്റിയ അർഹതയുള്ള എത്രയോ നേതാക്കന്മാരുണ്ടായിരുന്നു. എന്തുകൊണ്ടാണ് പുതിയ തലമുറയ്ക്കു വേണ്ടി രേഖപ്പെടുത്താതിരുന്നത്. ആശ്ചര്യപ്പെടുത്തുന്നു.

മാരാരിക്കുളം വെടിവെയ്പിൽ ആശാരി കുമാരൻ, പാടത്തു രാമൻകുട്ടി, തറയിൽ ശങ്കരൻ, തോപ്പിൽ കുമാരൻ, വേലായുധൻ, പോട്ടച്ചാൽ വെളിയിൽ ഭാനു എന്നീ ആറു സഖാക്കൾ വെടിയേറ്റു മരിച്ചു വീണു. മാളൂട്ടത്തിൽ ഗോവിന്ദൻ വൈദ്യൻ, പൊന്നിട്ടുശ്ശേരി വാസു, കണ്ണേവെളി കുഞ്ഞൻ, ചെല്ലിക്കണ്ടത്തിൽ നാണപ്പൻ, കൊറ്റംപറമ്പിൽ ചാണ്ടി എന്നിവർക്ക് വെടിയേൽക്കുകയും ചെയ്തു.

വീണ്ടും ഒരു പോരാട്ടത്തിന് തയ്യാറായവരെ സി.കെ. മാധവനാണ് പ്രയാസപ്പെട്ട് പിന്തിരിപ്പിച്ചത്. അതികഠിനവും ക്രൂരവുമായ മർദ്ദനം ഏൽക്കുമ്പോഴും ചിരിച്ചു കൊണ്ട് പ്രതികരിക്കുന്ന വല്ലാത്ത ധൈര്യശാലി. അങ്ങനെ വോളന്റിയർമാരെ തടഞ്ഞു നിർത്തിയതു കൊണ്ട് വലിയ കുഴപ്പമൊന്നും പിന്നീടുണ്ടായില്ല. അല്ലെങ്കിൽ ചരിത്രം ഇതാകുമായിരുന്നില്ല. ചിലർ വരുമ്പോൾ ചരിത്രം വഴിമാറും അതായിരുന്നു സി.കെ.മാധവൻ. പിന്നീട് അദ്ദേഹം പഞ്ചായത്തു മെമ്പറായി. 1983 ആഗസ്റ്റ് 23ന് സി കെ. മാധവൻ അന്തരിച്ചു.

എസ്.എൽ.പുരം സദാനന്ദൻ, കെ.എൻ. ശങ്കുണ്ണി, പി.കെ. കുമാരൻ കണ്ണൻകോടൻ വാസു, അന്തിക്കാട്ടു കരുണാകരൻ ഇങ്ങനെ എത്രയോ നേതാക്കളുടെ സജീവമായ ഇടപെടലായിരുന്നു. ധീരമായ നേതൃത്വവും ചിട്ടയോടെയുള്ള മാരാരിക്കുളം സമരം നയിച്ച പലരുടെയും വിവരങ്ങൾ ഇതേവരെയെങ്ങും രേഖപ്പെടുത്തിയിട്ടില്ല.

ആദ്യകാലങ്ങളിൽ വാരാചരണ ജാഥയുടെ കൂടെ ഉറക്കെ അതിലുമുറക്കെ മുദ്രാവാക്യം വിളിച്ചു കൊടുത്തും ഏറ്റുവിളിച്ചും ദീർഘദൂരം നടന്ന് മാരാരിക്കുളം രക്തസാക്ഷി മണ്ഡപത്തിലെത്തി പരിപാടിയും കഴിഞ്ഞ് ഒരു ഗ്ലാസ് ചായ പോലും കുടക്കാൻ നിവർത്തിയില്ലാതെ സങ്കടത്തോടെ വീട്ടിൽ വന്നു കയറിയിട്ടുണ്ട്. വീട്ടിലുള്ള ഭക്ഷണം ആർത്തിയോടെ വാരിവിഴുങ്ങിയിട്ടുണ്ട്. അങ്ങനെ ഒരുപാടു പേരുണ്ടാവും. പിന്നീട് ഞാൻ അതിന്റെ സംഘാടകനായി പ്രധാന ഭാരവാഹിയായി മാറിയിട്ടുണ്ട്. അവസാനം എല്ലാം ഒഴിവായപ്പോൾ അതേ സങ്കടത്തോടെ മുനിഞ്ഞു കത്തുന്ന തെരുവ് വിളക്കിന്റെ വെട്ടത്ത് നടന്നു തന്നെയാണ് പരിപാടിയെല്ലാം കഴിഞ്ഞ് തിര്യെ വീട്ടിലേക്കു പോയത്. കാലം കരുതി വച്ച കുസൃതിയാവാം. ഒരു തവണ പരിപാടിയിൽ പങ്കെടുക്കാൻ വന്ന പകരക്കാരനില്ലാത്ത കമ്മ്യൂണിസ്റ്റ് പരിവ്രാജകൻ വെളിയം ഭാർഗ്ഗവൻ മകൻ കാളിദാസന്റെ വായിൽ മിഠായി വച്ചു കൊടുത്തത്

മധുരം കിനിയുന്ന ഓർമ്മയാണ്.

മാരാരിക്കുളം അസംബ്ലി മണ്ഡലം 2008 ലെ പുനർ നിർണയത്തിലൂടെ ഇല്ലാതായി. 1957ൽ സി ജി സദാശിവനും 1960 ൽ എസ് കുമാരനുമായിരുന്നു പ്രതിനിധികൾ. പേരുമാറ്റിയതിനെക്കുറിച്ച് ആകുലപ്പെടാനോ പരാതിപ്പെടാനോ ഉത്തരവാദിത്വപ്പെട്ട ഒരു രാഷ്ട്രീയ കക്ഷികളും തയ്യാറായില്ല. ചരിത്ര സ്മരണയ്ക്കു ഉപകരിക്കുമായിരുന്നു. രണധീരനാമം മാരാരിക്കുളം

തറവാടുകളും സർപ്പക്കാവുകളും ചിത്രക്കുടങ്ങളും ബലിത്തറയും തോടും ചാലും ചെറുവള്ളങ്ങളും തൊണ്ട്മടയും കയർറാട്ടുകളുമുള്ള വയലാറെന്ന ഗ്രാമം. ജാലിയൻവാലാബാഗിനു ശേഷം എത്രയോ പേർ മരിച്ചുവെന്നറിയാത്ത വലിയ മനുഷ്യക്കുരുതി നടന്ന വയലാർ. രണഭൂവിലേയ്ക്ക് മാറിയ ചരിത്ര സ്മരണകൾ കക്ഷിരാഷ്ട്രീയ ഭേദമെന്യേ എല്ലാ വീടുകളിലും ആചരിക്കും. എല്ലാ വീടുകളലും എത്ര അതിഥികളെ വേണമെങ്കിലും സ്വീകരിക്കാനുള്ള തയ്യാറെടുപ്പും ഉണ്ടാകും.

തുലാം പത്തിനാണ് വയലാറിൽ വെടിവെയ്പ്പ് നടന്നത്. പട്ടാളക്കാർ വേമ്പനാട് കായലിലൂടെയാണെത്തിയത്. ഈ സമരങ്ങളെയാകെ നാട്ടുകാർ തുലാംപത്ത് എന്ന പേരിലാണ് വിളിക്കുന്നത്. ഒരുവാരക്കാലമാണ് വാർഷികാഘോഷങ്ങൾ. ഈ പ്രവർത്തനങ്ങൾക്കുള്ള ചിലവിലേയ്ക്ക് എല്ലാ വീടുകളിലും കൃത്യമായ ഒരു തുക കരുതിയിട്ടുണ്ടാവും. കൊടി ഉയർത്തൽ, തോരണം തൂക്കൽ, കരിമരുന്ന പ്രയോഗങ്ങൾ ആകെ ഉത്സവത്തിമിർപ്പിലാകും. കക്ഷി രാഷ്ട്രീയ ഭേദമെന്യേ ജനങ്ങൾ ഒഴുകിയെത്തുകയാണ്. പുന്നപ്രയിൽ നിന്നും ദീപശിഖറിലേയായി അത്റ്റകൾ വയലാറിലെത്തിച്ച് ദീപം പകരുന്ന ചടങ്ങ് ആവേശത്തിന്റെ കൊടുമുടി കയറ്റമാണ്. അന്ന് ചെറുപ്പക്കാർ സംഘടിച്ച് വലിയ പങ്കാളിത്തത്തോടെയുള്ള കൈലിമുണ്ട് പ്രകടനം നടത്തുമായിരുന്നു. ഓരോരുത്തരും അവരവർക്കുള്ള കൈലിമുണ്ട് മുണ്ട് കൊണ്ടുവരും പ്രദേശത്തുള്ളവരാണ് കൂടുതലും ഉണ്ടാകുന്നത്.

ആദ്യകാലങ്ങളിൽ ദീപശിഖയോടൊപ്പം സൈക്കിളിലാണ് അനുധാവനം ചെയ്തിരുന്നത്. വീട്ടിൽ വന്നു ഊണു കഴിച്ചതിനുശേഷം വീണ്ടും വയലാറിലേയ്ക്ക് പോയാൽ പിന്നെ വെളുപ്പാൻ കാലത്താണ് വീട്ടിലെത്തുന്നത്. അടുത്ത കാലത്ത് എല്ലാം മാറ്റപ്പെട്ടു. കാലാനുസൃതമായ മാറ്റം.

2022 ൽ രാവിലെ തന്നെ തനിയെ വയലാറിലേക്കു പോയി. ദീപശിഖ മണ്ഡപത്തിലെത്തുന്നതിനു മുൻപ് തിര്യെവരുമ്പോൾ മന്ത്രി പി. പ്രസാദും പാരാവാരങ്ങളും എല്ലാവരെയും അഭിവാദ്യം ചെയ്തു കൊണ്ടു

വരുന്നു. ഞങ്ങളൊന്നിച്ച് എ.ഐ.വൈ.എഫ്. ന്റെ സംസ്ഥാന എക്സി ക്യൂട്ടീവിൽ ഉണ്ടായിരുന്നു. എനിക്കും കിട്ടി ഒരു സലാം . അപ്പോൾ സൂ ര്യൻ തെളിഞ്ഞു കത്തുകയായിരുന്നു.

പുന്നപ്ര വയലാർ സമരം വെടിവച്ചൊതുക്കിയതിലൂടെ കുപ്രസിദ്ധി നേടിയ വി. എൻ. പരമേശ്വരപിള്ളയ്ക്ക് സർ സി പി രാമസ്വാമിക്കൊ പ്പം ഗതികെട്ട നിൽക്കേണ്ടി വന്നതാണ്. പിന്നീട് ഒരു സ്ഥാനമാന ങ്ങളും സ്വീകരിച്ചില്ല. ഭൗതിക ജീവിതം തന്നെ ഉപേക്ഷിച്ച് കൈലാസ പർവ്വതത്തിലെ ശിവശൈലത്തിലെത്തി ഋഷിപുരുഷോത്തമ മഹാന ന്ദജിയിൽ നിന്ന് സന്യാസദീക്ഷ സ്വീകരിച്ച് പരേശാനന്ദയായി തിരു വനന്തപുരം കവടിയാറിലുള്ള ഹരി ഓം ആശ്രമത്തിലാണ് ജീവിത ത്തിന്റെ അന്ത്യയാമങ്ങൾ കഴിച്ചു കൂട്ടിയത്. (കടപ്പാട്)

കുറ്റവിചാരണ

മാരാരിക്കുളം രക്തസാക്ഷി വാരാചരണത്തിന്റെ പതാക ഉയർത്തൽ ചടങ്ങിൽ ഞാൻ അധ്യക്ഷനായിരിക്കുമ്പോഴാണ് പ്രസംഗിച്ചു കൊണ്ടിരുന്ന ടി. പുരുഷോത്തമൻ വയ്യാതെ കുഴഞ്ഞിരുന്നത്. പിന്നീട് വീട്ടിൽ ചികിത്സയിലായിരിക്കുമ്പോൾ ഞാനും പി. എസ്. ഹരിദാസും കൂടി കാണാൻ വീട്ടിൽ ചെന്നു. അന്ന് എന്നോടു പറഞ്ഞു ഒക്ടോബറിലാണ് എനിക്ക് അസുഖം വന്നത്. ഇപ്പോൾ ഫെബ്രുവരി അഞ്ച് മാസമായി. ഹർഷൻ എന്നെ ഇതേവരെ തിരക്കിയില്ല. ഇങ്ങനെ വിരലിലെണ്ണി ഓർത്തിരിക്കുമെന്ന് ഞാൻ വിചാരിച്ചില്ല. ഹർഷന് ഒരു വിചാരമുണ്ട് ഞാനാണ് കൈകാര്യം ചെയ്തതെന്ന്. എനിക്ക് ഒരു പങ്കുമില്ല. അത് ഹർഷന് എന്നെങ്കിലും ബോധ്യമാകും.

എന്നെ കൈകാര്യം ചെയ്യൽ നേരത്തെ മുതൽ ആരംഭിച്ചിരുന്നു. ഈ വിവരം കാണിച്ച് ആറോ, ഏഴോ കത്ത് സംസ്ഥാന ജില്ലാ സെക്രട്ടറിമാർക്ക് കൊടുത്തിരുന്നു. ഒന്നും ചർച്ചയ്ക്കെടുത്തില്ല. അതെല്ലാം കത്തിച്ചു കളഞ്ഞപ്പോഴാണ് വെളിച്ചം കണ്ടത്. നേതൃത്വം അടിമുടി പുതിയതാണ്. പരമ്പരാഗതമായി പാർട്ടിയിൽ നിൽക്കുന്നവരെ ഉൾക്കൊള്ളാൻ കഴിയാത്ത മാനസികാവസ്ഥ സ്വത്വചിന്തയിൽ നിന്നാണ്. ആത്മാവിന്റെ ഭാഷ തന്നെ മാറിയിരിക്കുന്നു.

ഇങ്ങനെ വെറുതെയിരിക്കുമ്പോഴാണ് നമ്മൾ പഴയ ചെയ്തികളെല്ലാം ആലോചിക്കുന്നത് എന്ന ടി പുരുഷോത്തമന്റെ ഏറ്റുപറച്ചിൽ. തിര്യെ പോരുമ്പോൾ ഞാനറിയാതെ മറുപടിയായി പറഞ്ഞു. എനിക്ക് അസുഖമൊന്നുമില്ല. എങ്കിലും ഞാനും വീട്ടിൽ വെറുതെയിരിക്കുകയാണ്. വല്ലാത്ത തരിച്ചറിയലാണ്. അസുഖമായിട്ടോ അല്ലാതെയോ കാര്യമായി ഒന്നും ചെയ്യാനില്ലാതെ വീട്ടിലിരിക്കുമ്പോഴാണ് കർമ്മങ്ങളുടെ കണക്കെടുപ്പ്. സീബ്രാ ലൈനിൽ കാലുവെക്കുമ്പോഴാണ് റോഡു മുറിച്ചു കടക്കാൻ ഒരായുസുപോരന്നറിയുന്നത്.

വർഷങ്ങൾക്ക് മുന്നേ സത്യപരീക്ഷ ആരംഭിച്ചിരുന്നു. പ്രധാനമായും പി. തിലോത്തമനുമായുള്ള അടുപ്പം മറ്റൊരു തരത്തിലാണ് നേതൃ

ത്വത്തിലെ മനസ്സം ശരീരവും കറുത്തവർ പറഞ്ഞു പ്രചരിപ്പിച്ചത്. വര മ്പത്തു തന്നെ കൂലികിട്ടിയതാണ്. അന്നു കണ്ടറിഞ്ഞു കട്ടേംപടോം മട ക്കിയാതാണ്. തിലോത്തമന്റെ കടുംപിടുത്തമാണ് വീണ്ടും പാടത്തിറ ങ്ങിയത്. വയലിൽ തുരുത്തിലെ തെങ്ങോല തുമ്പത്തു കഴുകൻ കണ്ണു കൾ കാത്തിരുന്ന കെണിവച്ച പെടുത്തുക.

പാർട്ടിയെ അകത്തു നിന്നും പുറത്തു നിന്നും ദീർഘകാലം എതി ർത്തവർ സംഘടന പിടിച്ചെടുത്ത് ഒരേ കസേരയിലിരുന്ന് ഭിന്നിപ്പി ച്ച് ഭരിക്കുമ്പോൾ പ്രസ്ഥാനം മുച്ചൂടും തകരുന്ന കാഴ്ച്ച സങ്കടത്തോടെ നോക്കി നിൽക്കാൻ മാത്രമേ കഴിയുമായിരുന്നുള്ളൂ. പാർട്ടിക്ക് എന്തു സംഭവിച്ചാലും പ്രതികരിക്കാത്ത ആറാട്ടുമുണ്ടന്മാരുടെ ഒത്തുചേരൽ മാത്രമായി ഓരോ കമ്മറ്റിയും വിപുലീകരിക്കപ്പെട്ടു. അതിലെല്ലാം യു വജന മഹിളാപ്രാതിനിധ്യം ഉറപ്പായിരുന്നു.

പാരമ്പര്യ മാഹാത്മ്യത്തിനെ നാലുവായിൽ പുച്ഛിച്ച് തീണ്ടൽപ്പാടി നപ്പുറത്തേയ്ക്ക് മാറ്റി നിർത്തി. അവരെല്ലാം കമ്മ്യൂണിസ്റ്റായിരുന്നു. വി രുന്നുകാർ വീട്ടുകാരായി. വീട്ടുകാർ ഉറക്കം നടിച്ചു. മുറിഞ്ഞ മുഖം നോ ക്കാൻ കണ്ണാടി തുണ്ടു മതി.

ജില്ലാ കമ്മറ്റിയിൽ നിന്നും എന്നെ ഒഴിവാക്കുമ്പോൾ എനിക്കും ശേഷം വളരെ കാലം കഴിഞ്ഞെത്തിയവരും ആശ്രിത വാത്സല്യം എന്ന അശ്ലീല പ്രവർത്തിയിലൂടെ അവരവരുടെ സ്ഥാനമാനങ്ങൾ മുൻകൂട്ടി ഉറപ്പിച്ചിരുന്നു. പാർട്ടിക്ക് പുറത്തായിരുന്നു തീരുമാനങ്ങളെ ല്ലാം. എന്തിനാണ് എന്നെ ഒഴിവാക്കിയതെന്ന് ഞാനും ആരും തന്നെ അന്വേഷിച്ചില്ല. എല്ലാവർക്കും ഇരുട്ടു വീഴുന്നതിനു മുന്നേ കൂരയിലെത്ത ണം. ഞാൻ നേരെ ബ്രാഞ്ചിലേക്ക് പോകേണ്ടി വന്നു. പാർട്ടി ജീവിതം സമർപ്പിച്ച പ്രദേശത്തുള്ളവരുടെ മൗനം ഒരിക്കലും മറക്കാത്ത സങ്ക ടമായി. നാട്ടുകാർ പലരും നേരിൽ കണ്ടു സങ്കടം പറഞ്ഞു പ്രതിഷേ ധമറിയിക്കാനവർക്കവസരമില്ലല്ലോ അറിയിച്ചിട്ടും വലിയ കാര്യവുമി ല്ല. എന്റെ പാർട്ടി എന്നോടിച്ചതി ചെയ്യുമെന്ന് സ്വപ്നേപി വിച്ചാരിച്ചി ല്ല. കൊള്ളരുതായ്മക്കെതിരെ മേൽക്കമ്മറ്റിയിലെ സഖാക്കൾ ഒറ്റ ക്കെട്ടായി പ്രതികരിച്ചു. ആരെല്ലാം എത്ര മുകളിൽപ്പോയി കൂടുകൂട്ടിയാ ലും നമ്മൾ അതിന്റെ താഴെ ചെന്നാലല്ലേ പ്രശ്നമുള്ളൂ. കരളു പിളർന്ന കാലം. നമ്മളെ വേണ്ടാത്തയിടം നമ്മുടേതല്ല. അവിടം വിട്ടു പോരുന്ന ത് തന്നെയാണ് നല്ലത്. തമ്പ്രാക്കന്മാർ അടിയാളന്മാരെ നേരിട്ടു ശിക്ഷി ക്കുകയില്ല. കാര്യസ്ഥനോ ദേഹണ്ഡക്കാരനോ കൃത്യം നിർവ്വഹിക്കും. അധർമ്മ പക്ഷത്തു നിന്നും വിജയിക്കുന്നതിനെക്കാൾ നല്ലത് ധർമ്മ പക്ഷത്തു നിന്നും പരാജയപ്പെടുത്തുന്നതാണ്.

കൺട്രോൾ കമ്മീഷനുൾപ്പെടെ ഒട്ടേറെ പരാതികൾ രേഖാമൂലം നൽകിയിരുന്നു. സംസ്ഥാന സമ്മേളനത്തിലവതരിപ്പിച്ച കമ്മീഷൻ റിപ്പോർട്ടിൽ എന്റെ പ്രശ്നം തീർപ്പാക്കിയതായി ജില്ലാ കമ്മറ്റി റിപ്പോർട്ട് ചെയ്തതായി രേഖപ്പെടുത്തിയിരുന്നു. സംസ്ഥാന സമ്മേളന പ്രതിനിധിയായി ബോധപൂർവ്വം എന്നെ തിരഞ്ഞെടുത്തിരുന്നില്ല. ഒരു നടപടിക്രമവും ഞാനറിഞ്ഞിരുന്നുമില്ല. എന്നെ കേൾക്കാനും തയ്യാറായിരുന്നില്ല. കെ. പി. പ്രഭാകരനുശേഷം അതൊരു മെനക്കേട് കമ്മീഷനായി മാറി. ചീഞ്ഞ ചാളയ്ക്ക് പഴത്ത പുളി.

വീണ്ടും പ്രഭാതം

പണ്ട് കമ്മ്യൂണിസ്റ്റ് പാർട്ടിക്ക് പാർട്ടി ജീവിതം എന്ന ഒരു മാർഗ്ഗ രേഖയുണ്ടായിരുന്നു. ഒരു കമ്മ്യൂണിസ്റ്റ് പാർട്ടി പ്രവർത്തകൻ എങ്ങനെ ജീവിക്കണമെന്നായിരുന്നു ഉള്ളടക്കം. എത്രയോ വർഷങ്ങൾക്കു മുൻപ് തന്നെ ജൈവകൃഷി ചെയ്യണമെന്നും നിർദ്ദേശമുണ്ടായിരുന്നു. അങ്ങനെ കൃത്യമായ പെരുമാറ്റച്ചട്ടം. വർത്തമാനകാലത്തിൽ ഭൂതഭാവികളുടെ സാന്നിദ്ധ്യമുണ്ടാകുമെന്നാണ് കവിവാക്യം. കാലാന്തരത്തിലെ പൊരുത്തക്കേടുകൾ സങ്കല്പാതീതമാണ്.

ജില്ലാ കമ്മറ്റി എന്നോട് രണ്ടു തവണ വിശദീകരണം ആവശ്യപ്പെട്ടിരുന്നു. ഗ്രാമപഞ്ചായത്തിലേയ്ക്ക് മത്സരിക്കാൻ എന്റെ പേര് തീരുമാനിച്ചു. എനിക്ക് ഒട്ടും തന്നെ സമ്മതമുണ്ടായിരുന്നില്ല. മത്സരിക്കണമെന്ന് ജില്ലാ കമ്മറ്റി തീരുമാനിച്ചു. സ്ഥാനാർത്ഥിയാക്കാൻ ആവശ്യപ്പെട്ടത് കേഡർ നയത്തിന്റെ ഭാഗമായിരുന്നില്ല. പ്രദേശത്തുള്ളവരുടെ നിർബന്ധമായിരുന്നു. ഞാൻ വാശിയിലായിരുന്നു. നോമിനേഷൻ കൊടുക്കാൻ പോലും തയ്യാറായില്ല. പകരം മത്സരിച്ച സ്ഥാനാർത്ഥി തോൽക്കുകയും ചെയ്തു. ഞാൻ സ്ഥാനാർത്ഥി ലിസ്റ്റിലുണ്ടായിരുന്നുവെങ്കിൽ ഫലം അനുകൂലമാകുമായിരുന്നുവെന്ന കാരണം പറഞ്ഞാണ് മത്സരിക്കാത്തതിന് എന്നോട് വിശദീകരണം ചോദിച്ചത്.

മറ്റൊരു തവണ ജനയുഗം ദിനപ്പത്രത്തിൽ ഒരു നേതാവിന്റെ മരണവാർത്ത കൊടുത്തപ്പോൾ അഭിഭക്ത കമ്മ്യൂണിസ്റ്റ് പാർട്ടിയുടെ സെക്രട്ടറിയായിരുന്നുവെന്ന് അച്ചടിച്ചു വന്നു. ഈ തെറ്റ് ഞാൻ വളരെക്കാലം മുൻപ് തന്നെ ജില്ലാകമ്മറ്റിയുടെ ശ്രദ്ധയിൽപെടുത്തിയിരുന്നതാണ്. അങ്ങിനെയൊരു പാർട്ടിയില്ലെന്നും പാർട്ടി പിളർന്നപ്പോൾ അതിന്റെ തുടർച്ചയ്ക്ക് വേണ്ടിയും സി പി ഐ യുടെ അസ്തിത്വത്തെ ചോദ്യം ചെയ്തു കൊണ്ടുമുള്ള ദുരുദ്ദേശത്തോടെയുള്ള പ്രയോഗമായിരുന്നു അവിഭക്ത കമ്മ്യൂണിസ്റ്റ് പാർട്ടി എന്നത്. ഈ വലിയ തെറ്റ് സമൂഹമദ്ധ്യത്തിൽ തന്നെ തിരുത്തേണ്ടതാണ്. ആ വിശ്വാസത്തിന്റെയടിസ്ഥാനത്തിൽ ലേഖകന്റെ രാഷ്ട്രീയബോധത്തിനെതിരെ ഞാൻ ഫെ

യ്സ്ബുക്കിൽ പോസ്റ്റ് ചെയ്തു. ഇതിനെ ചോദ്യം ചെയ്ത് കൊണ്ടായിരുന്നു ജില്ലാ കമ്മറ്റിയുടെ വിശദീകരണ നോട്ടീസ്. തെറ്റു ചെയ്തവരല്ല ചൂണ്ടിക്കാണിക്കുന്നവരാണ് കുറ്റക്കാർ. എവിടെയോ ഗൂഢാലോചന നടന്നിട്ടുണ്ടെന്ന കാര്യം ഉറപ്പായി. പിന്നീട് കഴവായിലൂടെ വലിയ മീനുകൾ കടന്നുപോകുമ്പോൾ കൊക്കുമറന്ന കൊറ്റി കണ്ണടച്ചിരുന്നു. നടരാജനാണു നടനം. പലപ്പോഴു കുരച്ചു ചാടുമ്പോൾ പിന്നിൽ ഒരു വാലുണ്ടായിരുന്ന എന്ന കാര്യം ഓർക്കാറില്ലായിരുന്നു.

ഹരിപ്പാട്ടു വച്ചു നടന്ന ജില്ലാ സമ്മേളനത്തിൽ എന്നെ ബോധപൂർവ്വം ഒഴിവാക്കുകയായിരുന്നു. നേരത്തെയറിഞ്ഞിരുന്നുവെങ്കിലും ഇത്തരം ഒരു ചതി എന്റെ പാർട്ടി എന്നോട് ചെയ്യുമെന്ന് പ്രതീക്ഷിച്ചില്ല. മൂർത്തിയേക്കാൾ ശക്തിയുള്ള ശാന്തിക്കാരൻ വാഴുന്ന കാലം. ഒഴിവാക്കാനുള്ള കാരണം അജ്ഞാതമാണ്. ഞാനും അന്വേഷിച്ചില്ല. ആരും അന്വേഷിക്കാൻ തയ്യാറായതുമില്ല. പാർട്ടിക്കപ്പുറത്തുള്ള അധികാരകേന്ദ്രമായിരുന്നു ഇതിന്റെ പിന്നിൽ. പലരും പല കാരണം പറഞ്ഞു. ഒന്നും കാര്യഗൗരവമുള്ളതായിരുന്നില്ല. അന്നും ഇന്നും പാർട്ടിയോടല്ല പാർട്ടി നേതാക്കന്മാരുടെ ചെയ്തനയോടാണ് തർക്കം. സ്വന്തം ഇമേജിൽ മാത്രം അഭിരമിക്കുന്നവർ. അവിടെ വച്ചു തന്നെ സങ്കടത്തോടെ കടുത്ത തീരുമാനമെടുത്തു. അപ്പോൾ പടിഞ്ഞാറ് വെയിൽ ചാഞ്ഞിരുന്നു.

പ്രതിഷേധങ്ങൾ പ്രകടിപ്പിച്ചാൽ മാത്രം പോരാ വ്യക്തവും ശക്തവുമായിരിക്കണം. എന്താണ് കാര്യമെന്നു ചോദിക്കാൻ ആത്മാർത്ഥതയും ഉറപ്പുള്ള ചോദ്യകർത്തക്കളാരുമുണ്ടായിരുന്നില്ല. ലോക്കലായിട്ടുള്ളവരും നിസംഗത പ്രകടിപ്പിച്ചു. ഞങ്ങളല്ല കുറ്റക്കാർ കൈമലർത്തി.

പാർട്ടിയിലിങ്ങനെയൊക്കയാണ്. ഇതെല്ലാം സർവ്വസാധാരണമാണ്. എന്തുകൊണ്ടു പൊരുത്തപ്പെട്ടു കൂട എന്നും ചോദിച്ചവരാണേറെപ്പേരും. ശാസ്ത്രത്തോടും വസ്തുതകളോടും ഒത്തു തീർപ്പു പാടില്ല. ഒത്തുതീർപ്പായിരുന്നെങ്കിൽ വർഷങ്ങൾക്കു മുന്നേ ആവേണ്ടതായിരുന്നു, നീയെന്തിനാ പെണ്ണുകെട്ടുന്നത് പശുവിനെ കെട്ടിയാൽ പോരെ എന്ന തമ്പുരാൻ മനോഭാവം. ഇരതേടുന്ന പൂച്ചയ്ക്ക് എലി ഗർഭിണിയാണോയെന്നറിയേണ്ടതില്ല. ഇരുട്ടുവാക്കിനെത്തി തേന്യറ്റിക്കുടിച്ച് കറുത്ത പക്ഷങ്ങളിലഹംകരിച്ചവർ. ജന്മദൗത്യം അല്ലാതെന്ത് വീണ്ടും പ്രഭാതം.

ക്ലുകിപ്പായും തീവണ്ടി

ചെറിയ ക്ലാസ്സിൽ പഠിച്ചത് ക്ലുകിപ്പായും തീവണ്ടി, കൽക്കരി തിന്നു തീവണ്ടി, വെള്ളം മോന്തും തീവണ്ടിയെന്നാണ്. ആ മാറ്റങ്ങളും നേരിൽ കാണാൻ കഴിഞ്ഞ തലമുറയെന്ന ഭാഗ്യം ഞങ്ങൾക്കുണ്ടായി. തീരദേശ റെയിൽവേയിലൂടെയുള്ള ആദ്യ തീവണ്ടിയാത്ര കാണാൻ ജനങ്ങൾ തിങ്ങിക്കൂടി.

മഹാത്മാഗാന്ധി ഗ്രാമങ്ങളിലെ തീവണ്ടിയെ എതിർത്തിരുന്നയാളാണ്. ഗ്രാമങ്ങളുടെ വിശുദ്ധി നഷ്ടപ്പെടുമെന്നതായിരുന്നു കാരണം. നഗരങ്ങളിലെ എല്ലാ തിന്മകളും ഗ്രാമങ്ങളിലെത്താൻ വളരെ എളുപ്പം കഴിയും. അദ്ദേഹം തന്നെ തീവണ്ടിയെ സമരായുധമാക്കുകയും ചെയ്തു. തീവണ്ടികളിൽ സഞ്ചരിച്ച് ഓരോ റെയിൽവെ സ്റ്റേഷനിലുമിറങ്ങി ആയിരങ്ങളെ ആദിസംബോധന ചെയ്തു. സ്വാതന്ത്ര്യ സമരത്തിലേയ്ക്ക് ജനങ്ങളെ ബോധവത്ക്കരിക്കാനുപയോഗപ്പെടുത്തി. തീവണ്ടിയുടെ മൂന്നാം ക്ലാസ്സ്മുറിയിൽ യാത്ര ചെയ്ത് ഗാന്ധിജി നിരന്തരം ഇന്ത്യ കണ്ടെത്തി. കാറൾമാക്സ് നേരെ എതിരായിരുന്നു. ഗ്രാമങ്ങളുടെ വികസനത്തിന് തീവണ്ടി പോലുള്ള സൗകര്യങ്ങൾ വിപുലപ്പെടുത്തണമെന്നായിരുന്നു മതം.

1989 ലാണ് ആലപ്പുഴ തീരദേശ റെയിൽവേ പ്രാവർത്തികമാകുന്നത്. ഓമനപ്പിള്ളയാണ് ഈ ആശയത്തിന്റെ വക്താവ്. അതുകൊണ്ടാണദ്ദേഹത്തെ തീവണ്ടിപ്പിള്ളയെന്നു വിളിച്ചത്. 1960 ൽ മുംബൈയിലെ പഠനത്തിനും ജോലിക്കു ശേഷം സ്വന്തം നാടായ ചെട്ടികാടെത്തിയപ്പോഴാണ് കെ എൻ ഓമനപ്പിള്ളയ്ക്ക് തീരദേശ റെയിൽവേയെക്കുറിച്ചുള്ള ആശയം തോന്നിയത്. പിന്നെ അതിനു വേണ്ടിയുള്ള പരിശ്രമമായിരുന്നു ജീവിതം. ലോക്സഭാ തിരഞ്ഞെടുപ്പിന് തീവണ്ടി അടയാളത്തിൽ മത്സരിച്ചു. ഒരുപാട് നിവേദനങ്ങൾ കേന്ദ്രത്തിനു നൽകി. എഴുപതുകളിൽ ആസൂത്രണ കമ്മീഷൻ ഉപാധ്യക്ഷനായിരുന്ന പ്രൊ. ലക്ഡവാലയ്ക്ക് നൽകിയ നിവേദനമാണ് വെളിച്ചം കണ്ടത്. ഗവേഷണ വിദ്യാർത്ഥി ആയിരിക്കുമ്പോൾ ഡവേലയുടെ കീഴിലായിരുന്നു പഠനം.

1987 ജനുവരി 18ന് അന്നത്തെ പ്രധാന മന്ത്രിയായിരുന്ന രാജീവ്ഗാന്ധിയാണ് ഉദ്ഘാടനം നിർവ്വഹിച്ചത്. 1989 ഒക്ടോബർ 15ന് റെയിൽവേ മന്ത്രി മാധവറാവു സിന്ധ്യ റെയിൽപ്പാത ഉദ്ഘാടനം ചെയ്തു. പരീക്ഷണത്തലേന്ന് ഒരുപാട് തൊഴിലാളികളുടെ പകലും രാത്രിയിലുമുള്ള അക്ഷീണ പ്രവർത്തനമാണ് പണി പൂർത്തിയാക്കിയത്. എത്രയോ കാലം നാട്ടുകാരുടെ തൊഴിൽ സാദ്ധ്യതയായിരുന്നു. കൊപ്രയും കയറും കയറ്റിയിറക്കാനുള്ള ചരക്കു വണ്ടിയോടിക്കുകയായിരുന്നു ഉദ്ദേശം. പിന്നീടാണ് യാത്രാവണ്ടി ഓടിക്കുക എന്ന തീരുമാനത്തിലെത്തിച്ചത്. ജൂൺ 28ന് എറണാകുളത്തു നിന്നും രാവിലെ ഏഴു മണിക്ക് പരീക്ഷണയോട്ടം ആരംഭിച്ചു. എൻജിനും ഒരു ബോഗിയും 57 കിലോമീറ്റർ യാത്ര ചെയ്ത് ഉച്ചയ്ക്ക് 12.30ന് ആലപ്പുഴയിലെത്തി. പാതയ്ക്കിരുവശവും പൂക്കളും കുലച്ച വാഴകളും കരിക്കിൻ കുലകളും കൊണ്ടലങ്കരിച്ചിരുന്നു. ആയിരക്കണക്കായ ജനങ്ങൾ ആദ്യത്തെ തീരദേശ ചൂളം വിളിയെ ഉത്സവത്തിമർപ്പോടെയാണ് വരവേറ്റത്. ആദ്യയാത്രയിൽ എം.പി. യായിരുന്ന വക്കംപുരുഷോത്തമൻ ട്രെയിനു പുറകിൽ നിന്നു യാത്രചെയ്തു.

ഈ രാഷ്ട്രീയ മുതലെടുപ്പിനെ പ്രതിഷേധിക്കാൻ ഒരു ബ്രാഞ്ചു സെക്രട്ടറി താഴെ നിന്നു കൊണ്ട് അദ്ദേഹത്തോട് മോശമായ പ്രകടനം നടത്തി. പിറ്റേദിവസം എതിർ കക്ഷികൾ പോസ്റ്റർ പ്രചരണം നടത്തി. 'ബ്രാഞ്ചു സെക്രട്ടറിയുടെ നഗ്നതാണ്ഡവം' ഇതായിരുന്നു വാചകം. അടുത്ത ദിവസം സെക്രട്ടറി വെള്ളയും വെള്ളയും ഇട്ടിറങ്ങി. അങ്ങനെയെങ്കിലും എന്നെ പത്തുപേരറിഞ്ഞല്ലോ. മുഖത്ത് രാജകീയഭാവം.

ഇയാൾക്കെതിരെ പാർട്ടി നടപടിയെടുത്തു. സെക്രട്ടറി സ്ഥാനത്തു നിന്നും മാറ്റി. സങ്കടം കൊണ്ടു ഒന്നു മിനുങ്ങി വൈകുന്നേരം വീട്ടിലേയ്ക്ക് പോകുമ്പോൾ വഴിയിൽ കെട്ടിയിരുന്ന പശു തലകുലുക്കിച്ചെന്നു. മുൻ സെക്രട്ടറി 'എടീ ... സെക്രട്ടറി സ്ഥാനമേ പോയിട്ടുള്ളൂ. ഞാനിപ്പോഴും പാർട്ടി മെമ്പറാണ്' സ്ഥാനമാനങ്ങൾക്കെപ്പോഴും അതിന്റേതായ വിലയുണ്ട്.

കലമ്പൊളിയൻ

സമൂഹത്തിലെവിടെയും കാണുന്ന ഒരു വിഭാഗമുണ്ട്. ചില കെട്ടുകാഴ്ച്ചകൾ. അവരുടെ എണ്ണം കൂടിക്കൂടി വരുകയാണ്. പത്താം ക്ലാസ്സു വരെ എത്താൻ കഴിയാത്ത ഒരുത്തന് ലാസ്റ്റ് ഗ്രേഡിന്റെ പി എസ് സി വിജ്ഞാപനം വന്നപ്പോൾ അപേക്ഷാഫാറം വാങ്ങിക്കൊണ്ടു വന്ന് പൂരിപ്പിച്ച് അയപ്പിക്കുകയും പരീക്ഷയ്ക്കു തയ്യാറെടുപ്പിക്കുകയും ചെയ്തു. ജോലി കിട്ടി കഴിഞ്ഞപ്പോൾ ഞാൻ മോശം രാഷ്ട്രീയക്കാരനും അയാൾ വലിയ സർക്കാർ ഉദ്യോഗസ്ഥനുമായി.

വീടിനുള്ള പഞ്ചായത്തിന്റെ സഹായം മെമ്പറായിരുന്നപ്പോൾ ബന്ധപ്പെട്ട് അനുവദിക്കുകയും രേഖകൾ ഇല്ലാത്തതുകൊണ്ട് കിട്ടാതെ പോകുകയുണ്ടായി. പിന്നീട് അതെല്ലാം ശരിയാക്കി വീണ്ടും അനുവദിപ്പിച്ചു. വീട് പണിതു കഴിഞ്ഞപ്പോൾ ഞാൻ വളരെ പ്രയാസപ്പെട്ടാണ് വീട് മേടിച്ചതെന്ന് എന്നോടു തന്നെ വീമ്പിളക്കുന്നു. ആഘോഷപൂർവ്വം ഗൃഹപ്രവേശനം നടന്നു. ചടങ്ങ് എന്നെ അറിയിച്ചതു പോലുമില്ല.

കൊച്ചുമകന് ചികിത്സാ സമയത്ത് രക്തം ആവശ്യമായി വന്നപ്പോൾ പലരെയും നേരിൽകണ്ടും ബന്ധപ്പെട്ടും ഒരു ബുദ്ധിമുട്ടും അറിയിക്കാതെ ശരിയാക്കി കൊടുത്തു. ഇന്നത്തെപ്പോലെ രക്തദാനത്തെക്കുറിച്ച് വേണ്ടത്ര അവബോധമില്ലാത്ത കാലമാണ്. ഭേദമായിക്കഴിഞ്ഞപ്പോൾ പരിചയഭാവം പോലുമില്ലാതെയുമായി. എന്തോ അപരാധം ചെയ്തപോലെ.

ഏതാണ്ട് ആയിരത്തോളം ചികിത്സാ സഹായത്തിന്റെ അപേക്ഷകൾ പല കാലയളവിലായി ഗവൺമെന്റിനു കൊടുക്കാൻ കഴിഞ്ഞിട്ടുണ്ട്. ഒട്ടും പ്രതീക്ഷിക്കാത്ത ഒരാൾക്ക് ഞാൻ തന്നെ ബന്ധപ്പെട്ട് ചികിത്സാ സഹായത്തിനുള്ള അപേക്ഷ തയ്യാറാക്കി കൊടുത്തു. അദ്ദേഹം നന്ദി പ്രകടിപ്പിച്ചത് മുപ്പത്തയ്യായിരം കിട്ടി ഞാനൊരു അമ്പതിനായിരമാണ് പ്രതീക്ഷിച്ചത്. ഒരാൾക്ക് താൽക്കാലിക ജോലി ഏർപ്പാടാക്കി. ജോലിക്കു പോയി ശമ്പളം വാങ്ങിച്ചു കഴിഞ്ഞപ്പോൾ പറഞ്ഞത് ഞാൻ വെറൊരു പാർട്ടി നേതാവിനെ സൽക്കരിച്ചതു കൊണ്ടാ

ണ് കിട്ടിയതെന്ന്. ശരിയായിരിക്കും. കാലം മാറിയെന്നത് മനസ്സിലാക്കണം. എന്തായാലും എന്റെ കഷ്ടപ്പാട് വെള്ളത്തിലായി. ശുപാർശ പ്രകാരം ജോലി കിട്ടിയിയതിനെ ഭാര്യ നന്ദിപൂർവ്വം സ്മരിക്കുന്നുണ്ട്. ഭർത്താവിനും കാണുമ്പോൾ ഭയങ്കര ബഹുമാനം. പക്ഷേ എവിടെയെല്ലാം എന്നെ കൈകാര്യം ചെയ്യാൻ അവസരം കിട്ടിയാലും നഷ്ടപ്പെടുത്തുന്നില്ല. പാർട്ടിക്കാരൻ കൂടിയായതു കൊണ്ടു മൗനമായി സഹിച്ചു.

ഒരു പ്രധാനപ്പെട്ട പരിപാടിക്കു നിൽക്കുമ്പോൾ ക്യാമറാമാൻ എന്നെ ഒപ്പിയെടുക്കാൻ കൂടുതൽ താൽപര്യം കാണിക്കുന്നു. ചാനലുകാരനാണ്. അയാൾ പറഞ്ഞത് ചേട്ടനാണ് എന്നെ ഇവിടം വരെ എത്തിച്ചത്. വിദ്യാഭ്യാസകാലത്തുള്ള സഹായം മുതൽ ഓർത്തു പറയുന്നു. അതെല്ലാം മറന്ന നന്ദികേട് ഞാനും കാണിച്ചു. ഇങ്ങനെ ഒരു പാട് കാര്യങ്ങളുണ്ടാവും അതെല്ലാം പൊതുപ്രവർത്തകരുടെ ഉത്തരവാദിത്വവും കടമയുമാണ്. നമ്മൾ സഹായിക്കുന്നവരാണ് കൂടുതലും ശത്രുക്കളായി മാറുന്നത്. ഏതു പൊതുപ്രവർത്തകനും അഭിമുഖീകരിക്കുന്ന വിഷയമാണിത്. ആരും കാര്യമായിട്ടെടുക്കാറില്ലെന്നതാണ് വാസ്തവം. ഇപ്പോൾ പലരും ചെയ്യുന്നതു പോലെ അപ്പോഴപ്പോൾത്തന്നെ കണക്കു പറഞ്ഞവസാനിപ്പിക്കുക. പിന്നെ വിലപിക്കേണ്ട കാര്യം വരുന്നില്ല.

വീട്ടിൽ ഒരു പണിയുമില്ലാതെ കിടന്നുറങ്ങിയവരെ വിളിച്ചെഴുന്നേൽപ്പിച്ച് പൊതുജനമധ്യത്തിൽ പരിചയപ്പെടുത്തി. അറിയപ്പെടുന്ന ആളാക്കിക്കഴിഞ്ഞാൽ ഒരു ഉളുപ്പുമില്ലാതെ മറുകണ്ടം ചാടുന്നതിന് ഒരു മടിയുമില്ല. ഇവരെ എങ്ങനെ വിശ്വസിക്കും. തെറ്റാണെന്നു സ്വയം മനസ്സിലാക്കി ഉപേക്ഷിക്കുന്നതിനും പുതിയതു സ്വീകരിക്കുന്നതിനും യാതൊരുവിധ തെറ്റുമില്ല. മതംമാറ്റവും അങ്ങിനെ തന്നെയാണ്. ആ നന്ദികേടും ജനങ്ങൾ സ്വീകരിക്കുന്നുവെന്നതും പൊതുപ്രവർത്തകരെ വഷളാക്കുന്നതിന് കാരണമാവാറുണ്ട്. നല്ല പൊതുപ്രവർത്തകരെ സൃഷ്ടിക്കുന്നതിൽ ജനങ്ങൾക്കും കാര്യമായ പങ്കു നിർവ്വഹിക്കാനുണ്ട്.

ഇതെല്ലാം ചീളുകേസാണ്. വലിയ കഥകളൊന്നും വിസ്തരിക്കുന്നില്ല. നല്ല പൊതുപ്രവർത്തകരെ നാട്ടുകാർക്കും വേണ്ടാതായിട്ടുണ്ട്. അവനവന്റെ കാര്യം സാധിക്കുകയെന്ന മിനിമം പരിപാടിയിലാണ് താൽപര്യം. ജീവിതകാലം മുഴുവൻ സൈക്കിളിൽ നടന്ന് പത്രവിതരണവും കുടുംബം നോക്കാതെ പാർട്ടി പ്രവർത്തനവും നടത്തിയ നേതാവു ശ്രീധരനെ ആരും ഓർക്കുന്നില്ല. പട്ടിണി കിടന്നു പ്രവർത്തിക്കുന്നവർക്ക് അവസാനം കിട്ടുന്ന ഓമനപ്പേരുണ്ട് പട്ടിണി വർഗ്ഗീസ്.

മണ്ഡലം സെക്രട്ടറി സ്ഥാനത്തു നിന്നും എന്നെ നീക്കാനുള്ള അണിയറ പ്രവർത്തനങ്ങൾ തകൃതിയായി നടക്കുന്ന വിവരം ഞാൻ നേരത്തെ തന്നെ മനസ്സിലാക്കിയിരുന്നു. അതു കൊണ്ടു തന്നെ സ്വയം ഒഴിവായി. പത്രത്തിൽ വാർത്ത കൊടുപ്പിച്ചത് എന്നെ ഒഴിവാക്കിയെന്നാണ്. ഏറ്റവും മനോഹരവും ഗൗരവമുള്ളതുമായ സമ്മേളനമാണ് മണ്ണഞ്ചേരിയിൽ വച്ചു നടന്നത്. ജില്ലയിൽ ആദ്യമായി വനിതാ വോളന്റിയർ മാർച്ച് പതാക ഉയർത്തുമ്പോൾ സംഘടിപ്പിച്ചു. പ്രധാനപ്പെട്ട കാര്യം അതൊന്നുമല്ല. ഒരു ജീവിതം മുഴുവൻ പാർട്ടി പ്രവർത്തനം നടത്തി ആരും ഗൗനിക്കാതെ വീട്ടിൽ കഴിയുന്ന പഴയ കാല പ്രവർത്തകരെയെല്ലാം വസ്ത്രം നൽകി ആദരിച്ചു. ചിലർ കുടുംബസമേതമാണ് വന്നത്. ആദരിക്കുന്ന ഫോട്ടോയെടുത്തു കൊടുത്തു. സമ്മേളനം ഉദ്ഘാടനം ചെയ്തതും ആദരിച്ചതും മുല്ലക്കര രത്നാകരനാണ്. അവരുടെയെല്ലാം വീടുകളിൽ ഈ ഫോട്ടോ ചില്ലിട്ടു വച്ചിട്ടുണ്ട്. അവരത് ഹൃദയത്തിലാണ് സൂക്ഷിച്ചു വച്ചിരിക്കുന്നത്. അവരെല്ലാം കൊണ്ട വെയിലാണ് നമ്മുടെ തണൽ.

മാറുന്ന മുഖച്ഛായ

അവനിവനെന്നറിയുന്നതൊക്കെയോർത്താ-

ലവനിയാദിമമായൊരാത്മരൂപം. ഞാന്റെ വേരുകളന്വേഷിച്ചു. പടർന്ന പന്തലിച്ച പ്രവർത്തനകാലയളവിന്നടിയിലാണെന്ന ബോധ്യപ്പെട്ടു. ആശയങ്ങളും ദർശനങ്ങളും എത്ര മെച്ചപ്പെട്ടതാണെങ്കിലും നടത്തിപ്പുകാരൻ കള്ളനാൾവഴി എഴുതി സൂക്ഷിക്കുന്നവനാണെങ്കിൽ അസ്ഥിപഞ്ജരം മാത്രമാകും. മൂല്യച്യുതി സമസ്ത മേഖലയിലുമുണ്ട്.

കമ്മ്യൂണിസ്റ്റ് ആദർശങ്ങളുമായി ത്യാഗപൂർവ്വം ജീവിച്ച് പ്രവർത്തിച്ച തലമുറകൾ സി. കെ. ചന്ദ്രപ്പന്റെ കാലത്തോടെ അവസാനിച്ചുവെന്നത് സമൂഹം ശരിവച്ച കാര്യമാണ്. ഇനിയൊരു കൃഷ്ണപിള്ളയുടെ ആവശ്യമില്ല. ഒരിക്കൽ വൈക്കത്ത് കൃഷ്ണപിള്ള പ്രസംഗിക്കുന്നുവെന്നറിഞ്ഞ് പ്രസംഗം കേൾക്കുവാനെത്തിയ ആൾ പന്തലിടുന്നവരോട് ചോദിച്ചു സഖാവ് എപ്പോൾ വരും! പന്തലിടുന്ന വേറെ ഒരാളെ ചൂണ്ടിക്കാണിച്ചു കൊണ്ട് മറുപടി പറഞ്ഞു, 'ദേ ആ പന്തലിടുന്നതിന് കുഴികുത്തുന്നയാളാണ് സഖാവ് കൃഷ്ണപിള്ള.' കുഴി കുത്തുകയല്ല ഇപ്പോൾ കുളം തോണ്ടുകയാണ്.

വിപ്ലവസിദ്ധാന്തം ഒരു വരട്ടു തത്വമല്ല. തത്വവും പ്രായോഗികതയും തമ്മിൽ ഇപ്പോൾ ഒരു പൊരുത്തവുമില്ല. പുതിയ താരങ്ങൾ സ്റ്റഡിക്ലാസ്സെടുത്തു കുഴപ്പിക്കുകയാണ്. പ്രേംനസീർ മരിച്ചതു പോലും അവരറിഞ്ഞിട്ടില്ല. പറയുന്നതെന്താണെന്ന് അവർക്കു തന്നെ മനസ്സിലാവുന്നില്ല. വിലപേശുന്നവരുടെ എണ്ണം വർദ്ധിച്ചു. എനിക്കെന്തു കിട്ടിയെന്ന ചോദിക്കുന്നത് നേതാക്കന്മാരാണ്. അവരുടെയിഷ്ടാനിഷ്ടമാണ് പ്രവർത്തനത്തിന്റെ സ്പന്ദമാപിനി. സംഘടനകൾക്കുള്ളിലെ പ്രശ്നങ്ങളെ അഭിമുഖീകരിക്കാൻ ശേഷിയില്ലാതെ വഴിമാറി നടക്കാം എന്ന ഭീകരമായ മൗനമാണ് അവരുടെ ആത്മധൈര്യം.

ഒളിവിൽ കഴിഞ്ഞവർക്ക് പകൽ വെളിച്ചെത്തിലത്തിയപ്പോൾ കാഴ്ചകൾക്ക് മങ്ങലുണ്ടായി. രാഷ്ട്രത്തെക്കുറിച്ചും രാഷ്ട്രീയത്തെക്കുറിച്ചും മനസ്സിലാക്കാൻ മെനക്കെടുന്നില്ല. വ്യക്തിപരമായ ലാഭനഷ്ടങ്ങളെ

ക്കുറിച്ചല്ല. ലാഭങ്ങളെക്കുറിച്ചാണ് ചിന്ത. പ്രത്യയ ശാസ്ത്ര ഭ്രാന്തുമായി നടക്കുന്നവർ മേലോട്ടു നോക്കി നക്ഷത്രമെണ്ണുകയാണ്. എന്നെങ്കിലും നന്നാവുമായിരിക്കും. അസംഭവ്യമായതൊക്കെ സംഭവിക്കുമ്പോൾ ചരാചരങ്ങൾ പ്രതികരിക്കും. ഒരു കൊള്ളരുതായ്മ സമൂഹത്തിൽ നടന്നാൽ ചോദ്യം ചെയ്യുനാളില്ലെങ്കിൽ അത് കത്തിയമരുന്നതാണ് നല്ലത്. പുനർജനി കൂടുതൽ നന്നാവും.

വിപ്ലവകാരികളുടെ സദാചാരം പ്രത്യയശാസ്ത്രത്തോടും ജനങ്ങളോടുള്ള കൂറാണ് സാധാരണക്കാർക്ക് പ്രാപ്യമല്ലാത്തതൊന്നും ജനാധിപത്യമല്ല. എല്ലാ നിരോധനങ്ങളും ജനാധിപത്യവിരുദ്ധവുമാണ്. പാർട്ടികളുള്ളിലെ ഉൾപാർട്ടി ജനാധിപത്യവും പുസ്തകത്താളുകൾക്കു പോലും വേണ്ടാതായിട്ടുണ്ട്. വ്യക്തിത്വവാദം എത്രയോ അശ്ലീലകരമാണ്. പാർട്ടി നേതാക്കന്മാരെയാണ് പാർട്ടിയായി കാണുന്നത് വിമർശനവും സ്വയം വിമർശനവും കാലഹരണപ്പെട്ടു. പകരക്കാരനായത് രഹസ്യമായ അപവാദവും പരസ്യമായ പുകഴ്ത്തലും.

മസ്ജിദ്, പള്ളി, അമ്പലം, പാർട്ടി എല്ലാം തരാതരം പോലെ പ്രവർത്തന മേഖലയാണ്. കീഴ്പ്പെടുത്തുന്ന വശ്യതയും വിഭ്രമിപ്പിക്കുന്ന മാസ്മരികതയും. എല്ലാവരെയും ഒന്നിച്ചു വഞ്ചിക്കുകയാണ്. പാർട്ടിയും ദൈവവിശ്വാസികളും തമ്മിലുള്ള ബന്ധം നിർവ്വചിക്കാനുള്ള ധൈര്യമില്ലാതെ നേതൃത്വം ആശയക്കുഴപ്പമുണ്ടാക്കുകയാണ്.

തൊഴിലാളി വർഗ്ഗ പാർട്ടിയിൽ നിന്നും അധികാരവർഗ്ഗ പാർട്ടിയിലേക്കു മാറി. ചെത്ത്, കയർത്തൊഴിലാളികൾ ഗണ്യമായി കുറഞ്ഞു. അസംഘടിത മേഖലയിലാണ് തൊഴിലാളികളധികവും വില്പനത്തൊഴിലാളികളും അന്യസംസ്ഥാനക്കാരനായ നിർമ്മാണത്തൊഴിലാളികളും ഒരു കയ്യും കണക്കുമില്ല. എവിടെയാണ് വർഗ്ഗതാൽപര്യത്തിന്റെ മേഖല സജീവമാകുന്നത്. യൂണിയനുകളുടെയും ബഹുജനസംഘടനകളുടെയും നേതൃനിരയിൽ അതാതു മേഖലയിൽ നിന്നുള്ളവർ പേരിനു മാത്രമാണ്.

പഴയകാലത്ത് ടി വി തോമസും അച്യുതമേനോൻ ഉൾപ്പെടുന്ന നേതൃനിര സാധാരണക്കാരുടെ ദാരിദ്ര്യത്തിലേയ്ക്ക് ആരും ക്ഷണിക്കാതെ ഇറങ്ങിച്ചെന്ന് പരിഹാരം കാണുമായിരുന്നുവെന്ന് പറഞ്ഞു കേട്ടിട്ടുണ്ട്. ഇന്ന് സാധാരണ പ്രവർത്തകരുടെ സങ്കടങ്ങൾ കേൾക്കാൻ പോലും ആരുമില്ലാതായിട്ടുണ്ട്. പ്രധാനമായും മാറിയ മുഖച്ഛായ അതു തന്നെയാണ്. ആ വിടവിലേക്ക് മറ്റു പല പ്രസ്ഥാനങ്ങളും സംഘടനകളും വ്യക്തികളും കടന്നു വരുന്നുണ്ട്.

പിന്നീടൊരിക്കൽ വീണ്ടും നടക്കാൻ വയ്യാത്ത അവസ്ഥ വന്നു.

അടുത്തുള്ള സ്വകാര്യ ആശുപത്രിയിൽ ചികിത്സ തേടി. ഒരു മാറ്റവും ഉണ്ടായില്ല. അവിടെയെത്തിയ പാർട്ടി സഖാക്കളെല്ലാം ചേർന്ന് ബഹളം വച്ച് ആംബുലൻസിൽ മെഡിക്കൽ കോളേജിലെത്തിച്ചു. നിരീക്ഷണത്തിനും പ്രാഥമിക ചികിത്സയ്ക്കും ശേഷം ആശുപത്രിയിൽ നിന്നും വിടുതൽ ചെയ്തു. വീട്ടിലെത്തിയശേഷവും നടക്കാൻ കഴിയുന്നി ല്ല. മന്ത്രിയായിരുന്ന പി. തിലോത്തമൻ ഇടപെട്ട് വീണ്ടും ഒരു മാസ ത്തിലേറെ ആശുപത്രിവാസം സി.ടി. സ്കാൻ ഉൾപ്പെടെ വിദഗ്ധപരി ശോധന ഭയപ്പെടുത്തുന്ന ഒരു രോഗമുണ്ടോയെന്ന രഹസ്യ പരിശോ ധന വേറെയും. മണ്ഡലം കമ്മറ്റിക്കാർ സഹായിച്ചു. ജില്ലാ കമ്മറ്റിയംഗ മായിരുന്ന ഒരു വരുമാനവുമില്ലാത്ത എന്നോട് ജില്ലാ നേതൃത്വം എങ്ങ നെ ചികിത്സാ ചിലവ് നേരിടുമെന്നു പോലും അന്വേഷിച്ചില്ല. നേതൃത്വ ത്തിന്റെ മുഖച്ഛായ മാറിയിരുന്നു. ഇര തേടുന്ന പൂച്ചയ്ക്ക് എലി ഗർഭിണി യാണോയെന്ന് തിരക്കേണ്ട കാര്യമില്ലല്ലോ.

കമ്മ്യൂണിസ്റ്റ് പാർട്ടികൾ ഓഫീസുകൾ പണിയുന്നത് വീടുകളിൽ വന്ന് നേതാക്കന്മാരെ കാണാതിരിക്കാനാണ്. പ്രലോഭനങ്ങൾക്ക് വശംവദരാകാതിരിക്കാനാണ്. ഇപ്പോൾ ആവശ്യക്കാരുടെ പാർട്ടി യായി. അതിരുവിട്ട ആശ്രിതവാത്സല്യം അമിതമായി. യഥാർത്ഥ ഗു ണഭോക്താക്കൾ മാത്രം മുഖ്യധാരയിലായി. ബാക്കിയുള്ളവർക്ക് വീ രസ്യം പറയാൻ അണിയറക്കഥകൾ മാത്രം. ആനുകൂല്യങ്ങൾ സമ ഹരിക്കുകയും ഇഷ്ടക്കാർക്ക് വീതിക്കുകയും എന്നതിനപ്പുറം ഒരു പരി പാടിയുമില്ല.

ഏറ്റവും കൂടുതൽ ലോട്ടറി വിൽക്കുന്ന ആലപ്പുഴ ജില്ലയിൽ പോ രാട്ടങ്ങളുടെ വീരഭൂമിയിൽ ഞങ്ങളുടെ റോഡിൽ രണ്ടു കിലോമീറ്ററി നുള്ളിൽ പതിനാലു സ്ത്രീകളാണ് ലോട്ടറി വിൽക്കുന്നത്. നൂറും ഇരു നൂറും രൂപയാണ് സമ്മാനത്തുക. താലൂക്കിലെ സിവിൽ സ്റ്റേഷനിൽ എട്ടു പേരാണ് അപേക്ഷ എഴുതിക്കൊടുക്കാനിരിക്കുന്നത്. അശരണ രെ സഹായിക്കാൻ സന്നദ്ധ സംഘടനകളും കൂട്ടായ്മകളും വേണ്ടിവരു ന്നു. ഒന്നും ഇല്ലാത്ത അച്ചിയ്ക്ക് കാൽപ്പണത്തിന്റെ താലി.

എല്ലാം മാറ്റത്തിനു വിധേയം. മിനുക്കിയെടുക്കുന്ന മുഖച്ഛായക ൾ. ജാഥകൾക്ക് നീളം കൂടുന്നുണ്ട്. മുൻപേ ഗമിക്കുന്ന ഗോവുതന്റെ പിൻപേ ഗമിക്കും ബഹു ഗോക്കളെല്ലാം. മക്കൾക്കുള്ള കുടിവെള്ളവും മറ്റുമായി അമ്മ പ്ലാസ്റ്റിക് സഞ്ചിയും തൂക്കി കൂടെ നടക്കുന്നുണ്ട്. ജീവി തത്തോട് മല്ലടിക്കുന്ന യാതനയുള്ള മുഖം. ഒരു വേള കണ്ണുനീർ പൊ ടിയുന്നുണ്ടോ? തിരക്കേറുന്നതിന് മുൻപ് പതുക്കെ പുറകിലോട്ട് നീങ്ങു ന്നതാണ് നല്ലത്. മുന്നിൽ നിന്നും തൊണ്ട പൊട്ടുന്ന ഒച്ചയിൽ വിളിക്കു

ന്ന മുദ്രാവാക്യം ഇവിടെ ഏറ്റവും പുറകിലും നല്ലതുപോലെ കേൾക്കാം. തൊണ്ട തടവി നോക്കി. അവസാന ആളായി നിന്നു തെന്നിമാറി. ഇല്ല ആരും നോക്കുന്നില്ല. അന്വേഷിക്കുന്നുമില്ല. വിപ്ലവം ജയിക്കട്ടെ.

പെരുമ്പളത്തെ ഗുരുമന്ദിരത്തിനു മുന്നിൽ പിൽക്കാലത്ത്

പഴയകാലരൂപം

യുവകലാസാഹിതി യുടെ സാംസ്കാരിക വേദിയിൽ

സി.കെ ചന്ദ്രപ്പനുമൊത്ത്

ഏഴുത്തുകൂട്ടം ആലപ്പുഴജില്ലാ കവിതാ അവാർഡ്

കായംകുളം എരുവയിലെ നളന്ദ നാടകോത്സവം 2023 ഉത്ഘാടന വേദി